மனிதனை இயக்குவது

மனமா மூளையா?

டாக்டர். ஏ.வி.ஸ்ரீனிவாசன்

அகில இந்திய நரம்பியல் துறையின் தலைவர் (Indian Academy of Neurology - President Elect) பதவிக்குத் தேர்ந்தெடுக்கப்பட்டுள்ள டாக்டர். ஏ.வி.ஸ்ரீனிவாசன் 1975ல் சென்னை மருத்துவக் கல்லூரியில் டாக்டர் பட்டம் பெற்றவர். 1993ல் காமன்வெல்த் மெடிக்கல் ஃபெலோஷிப் மூலம் அங்க அசைவுக் கோளாறுகள் குறித்த மேல் ஆய்வுக்காக லண்டன் சென்றவர்.

தமிழக அரசின் மருத்துவத் துறையில் ஃபெலோஷிப் ஆஃப் அமெரிக்கன் அகாடமி ஆப் நியூராலஜி, ஃபெலோஷிப் ஆஃப் ராயல் காலேஜ் ஆஃப் பிஸிஷியன்ஸ் லண்டன், ஃபெலோஷிப் ஆஃப் இந்தியன் அகாடமி ஆஃப் நியூராலஜி என்ற மூன்றுமே பெற்ற முதல் நரம்பியல் நிபுணர் இவர்.

நரம்பியல் மருத்துவத் துறையில் இவருடைய சேவையைப் பாராட்டி, தமிழ்நாடு டாக்டர். எம்.ஜி.ஆர். மருத்துவப் பல்கலைக்கழகத்தில், 'எமிரிடிஸ் புரொபஸராக' நியமிக்கப்பட்டு பணியாற்றி வருகிறார். அது மட்டுமின்றி, எம்.ஜி.ஆர். மருத்துவப் பல்கலைக்கழகம் இவருக்கு டாக்டர் ஆஃப் ஸயின்ஸ் (ஹானரரி காஸா) எனும் உயர்ந்த பட்டத்தைக் கொடுத்து பெருமைப் படுத்தியுள்ளது.

லக்ஷ்மி மோகன்

ஆட்டிஸ நிலையாளர்களுக்கான இசை தெரபிஸ்ட். எழுத்தாளரும் கூட. சிறுகதைத் தொகுப்புகள், நாவல்கள், மருத்துவப் புத்தகங்கள், இசை தெரபி புத்தகங்கள் என 25 புத்தகங்கள் வரை எழுதியுள்ளார். பல பரிசுகளை வென்றுள்ளார்.

ஆட்டிஸ நிலையாளர்களுடனான இவரது பணிக்காக, இரு வேறு அமைப்புகளிடமிருந்து விருதுகள் பெற்றுள்ளார்.

'சௌமனஸ்யா' எனும் அமைப்பின் நிறுவனர். இந்திய அளவில் முதல் முறையாக ஆட்டிஸ நிலையாளர்கள் மட்டுமே பாடிய இரண்டு இசைத் தொகுப்புகளை வெளியிட்டுள்ளார்.

மனிதனை இயக்குவது மனமா மூளையா?

டாக்டர் ஏ.வி. ஸ்ரீநிவாசன்
லக்ஷ்மி மோகன்

நலம்

மனிதனை இயக்குவது மனமா மூளையா?

Manidanai Iyakkuvathu Manama Moolaiya?

Dr. A.V. Srinivasan, Lakshmi Mohan ©

First Edition: September 2017
128 Pages
Printed in India.

ISBN: 978-93-84149-99-4
Nalam - 92

Nalam
177/103, First Floor,
Ambal's Building, Lloyds Road,
Royapettah, Chennai 600 014.
Ph: +91-44-4200-9603

Email : support@nhm.in
Website : www.nhm.in

Nalam is an imprint of New Horizon Media Private Limited

உள்ளே

முன்னுரை

'கடவுளைத் தேடினேன் தன்னிலை உணர்ந்தேன்
தன்னிலை உணர்ந்தவுடன் கடவுளானேன்'

அண்ட வெளி ஆற்றல், மனித உடல், உயிர், ஆன்மா இவையெல்லாம் பூமியின் கால அளவுக்கு ஏற்றாற்போல ஒன்றையொன்று தொடர்புபடுத்தி சக்தி பரிமாற்றம் நடை பெறுகிறது.

இதுவே,

'அண்டத்தில் உள்ளதே பிண்டத்தில் உள்ளது பிண்டத்தில் உள்ளதே அண்டத்தில் உள்ளது ஆராய்ந்து பார்த்தால் இதனை நீ உணரலாம்'

எனும் சித்தர்களின் வாக்கும்.

உடல், மூச்சு, ஆன்மா ஆகியவற்றோடு பல தகவல்களைக் கொண்ட உயிரணு, மரபணு, மனம், மூளை ஆகியவை செயல்பட்டு நாம் மட்டுமின்றி உலகமே நன்மை அடைய ஆத்ம ஞானமும் அவசியம்.

இதனையே, 'மனிதனும் இப்பிரபஞ்சத்தில் அடக்கம். நம் உணர்வுகள், சிந்தனைகள் எல்லாம் நமக்கு மட்டுமே சொந்தம் என்று ஒரு சிறைக்குள் இருக்கிறோம். இது ஒரு வித மாயை என்றே சொல்லலாம்.

இம்மாயச் சிறையிலிருந்து வெளி வர வேண்டும், நம் வட்டத்தை விரிவுபடுத்திக்

கொள்ளவேண்டும். வெளி வந்து நமைச் சுற்றியுள்ள இயற்கை முதல் அனைத்து ஜீவ ராசிகளுடனும் கருணையோடு பழகி அதன் சுக, துக்கத்தில் பங்கெடுத்துக் கொள்ளவேண்டும்.

இந்த 'நான், எனது' என்ற வட்டத்திலிருந்து வெளி வந்து பிரபஞ்சத்தில் தன் எல்லையை விரிவுபடுத்தப்படுத்த மனிதனின் மதிப்பு உயரும். வரப்போகும் மனித சமுதாயம் உய்யுர இத்தகைய பண்பை மனிதன் வளர்த்துக் கொள்ள வேண்டும்' என்கிறார், விஞ்ஞான மாமேதை ஆல்பர்ட் ஐன்ஸ்டீன்.

ஐம்புலன்களளால் பெறப்பட்ட தகவல்களை, அறிவால் ஆராய்ந்து பகுத்தறியும் இடம் புத்தி (Intellect) ஆகும். இதன் இருப்பிடம் மனமா?

இந்த மூளை, மனம், புத்தி மற்றும் ''நான்'' எனும் விழிப்புணர்வு அனைத்தும் அண்டமாகிய பிரபஞ்சத்திலும் உள்ளது. பிண்ட மாகிய மனித உடலிலும் உள்ளது.

இத்தகைய மனம் எப்படிப்பட்டது? அது என்னவெல்லாம் செய்யும். அதன் வேலை என்ன? அப்போது மூளை என்ன செய்யும்? ஆணுக்கும் பெண்ணுக்கும் மூளை ஒரே போல்தான் இருக்குமா? வித்தியாசம் இருக்குமா? எப்படி சிந்திக்கும்? போன்ற மனம் மற்றும் மூளையைப் பற்றி எல்லோரும் தெரிந்துகொள்ள விரும்பும் கேள்விகளுக்குப் பதில் சொல்லும் வகையில் இப்புத்தகத்தை எழுதியிருக்கிறோம்.

அரிய மருத்துவ விஷயங்களை மிக எளிதாக, சுவாரசியமான உதாரணங்களோடு விளக்க முற்பட்டுள்ளோம்.

படித்துப் பயன் பெறுங்கள்.

அன்புடன்

டாக்டர். ஏ.வி. ஸ்ரீனிவாசன்
avsekhar1950@gmail.com

1

விஞ்ஞானமும் மெய்ஞானமும்

'எண்ணங்களின் முடிவில் தன்நிலை உணர்தல்
தன் நிலை உணர்ந்தால் எண்ணங்கள் இல்லை'

பிரெஞ்ச் தத்துவ மேதை ரெனெ டெகார்த்தே, எண்ணங்களின் மூலமே தன் நிலை உணர்கிறேன் என்ற பொருளில் 'I think there-fore I am' என்று சொன்னார். ஆனால், நம் வேதம் என்ன சொல்கிறதென்றால், தன் நிலை உணர்வதாலேயே எண்ணுகிறேன் என்ற பொருள்பட 'I am therefore I am able to think' என்கிறது. ஆக, விஞ்ஞானமும், மெய்ஞானமும், எண்ணங்களுக்கு ஆசனமாக இருக்கும் மன நிலையை, ஒரு மனிதனின் வாழ்வில் ஐந்து நிலைகளில் வரையறுக்கின்றன. அவை:

1. ஷிப்தம் என்ற சிதறி ஓடும் மனநிலை

இந்த முதல் நிலை, 0-10 வயது குழந்தையின் மனநிலை. எண்ணங்கள் பல தோன்றினாலும், ஒன்றுக்கொன்று தொடர்பு இல்லாமல் சிதறி விடுவது.

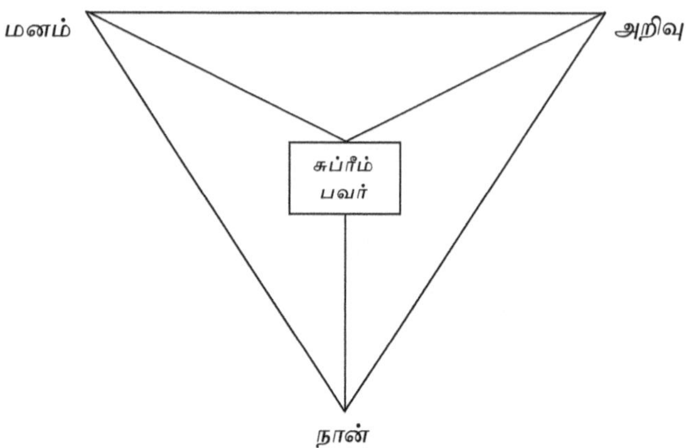

2. முத்தம் என்ற மூடமான நிலை

இந்நிலை, 10-20 வயதுக்குட்பட்டவர்களின் மன நிலையில் அடங்கும். ஒன்றும் தோன்றாமல் விழிப்பதும், எதையும் எளிதில் மறந்துவிடுவதும், மாறுதல்களுக்கு உட்படுவதும் இவர்களின் இயல்பு.

3. விஷிப்தம் என்ற குழப்ப மனநிலை

20-40 வயதுக்குட்பட்டவர்களின் நிலை இது. எளிதில் மயங்குவதும், எது வேண்டும், வேண்டாம் என இனம் பிரித்துக் காண முடியாமல் திண்டாடுவதும் இந்நிலையில்தான். இவ்வயதில்தான் காதல், வேண்டா திருமணம், சரியான கல்வியைத் தேர்ந்தெடுக்க இயலாமை, அலைபாயும் மனத்தோடு தேர்ச்சிபெற முடியாமை போன்ற பல்வேறு பிரச்னைகள் ஏற்படுகின்றன.

4. ஏகாக்ரம் என்ற ஒருநிலைப்பட்ட மனநிலை

40-60 வயதுக்குட்பட்டவர்களின் நிலை. ஒருநிலைப்பட்ட மனநிலை இது. இதை அடைவதையே உருப்படுதல் என்ற பொருள்பட ஒருப்படுதல் என்கின்றனர். ஒன்றில் மட்டும் நிலைப்பட்டுவிட்ட மனநிலை. 'இது வேண்டும். இது இல்லாமல் என்னால் முடியாது' என்று உறுதிப்பட்ட மனநிலை. இதுதான் வளர்ந்த மனித மனநிலை. முற்றிய மனநிலை.

5. நிருத்தம் என்ற ஒடுக்கப்பட்ட மனநிலை

எதில் மனம் ஒருமைப்பட்டு ஒட்டிக்கொண்டுவிட்டதோ அதைத் தவிர மற்றதைத் தியாகம் செய்யத் துணிந்த நிலை. துறந்தோடு மட்டுமின்றி அவற்றைப் பற்றி சிறிதும் எண்ணமின்றி இருக்கும் இந்நிலையில் 'நிருத்தம்' எனும் சமாதி நிலை கிடைக்கிறது.

இவ்வாறு மனநிலை ஒடுக்கப்பட்டு, ஒருமுகப்படுத்தப்படும் போதும், அறிவுத் திறன் வீழ்ச்சியடையும்போதும், நான் என்ற எண்ணத்தை விட்டு வெளிவரும்போதும், குவியும் இடத்தைத் தான் அறிவியலாளர்களும், வேதாந்திகளும், சுப்ரீம் பவர், இறைவன், இயற்கைக்கு அப்பாற்பட்ட சக்தி என்று பல்வேறு பெயர்களால் அழைக்கின்றனர்.

மொத்தத்தில் மனம் என்பது ஒரு வெள்ளைத் (ஸ்க்ரீன்) திரை போன்றது. அதில் தோன்றும் காட்சிகளைப் போன்றதுதான் நம் எண்ணங்கள். பல்வேறு காட்சிகள் தோன்றினாலும் திரையில் எவ்வித மாறுதலும் ஏற்படப்போவதில்லை. அதுபோல், மனம் எப்போதும் தூய்மையானது, நிலையானது. பல்வேறு எண்ணங் களைத் தாங்கி நிற்கும் இம்மனம் இருக்கும் இடம்தான் மூளை.

மருத்துவரின் பார்வையில் இந்த மூளையை அடுத்த அத்தியாயத்தில் பார்க்கலாம்.

2

விஞ்ஞானமும் மூளையும்

மேல்மாடி காலியா?

என்னது இது? நான் ஒண்ணு சொன்னா, நீ ஒண்ணு செஞ்சுட்டு வந்திருக்க? உனக்கென்ன மேல்மாடி காலியா? என்று சாதாரணமாகக் கேட்பது வழக்கம்.

என்ன அது மேல்மாடி? நம் மூளையைத்தான் மேல்மாடி, களிமண் என்று பல்வேறு புனைப் பெயர்கள் வைத்துச் செல்லமாக அழைப்பது வழக்கம். இது எல்லோரும் அறிந்ததே. நாம் சொல்வதுபோல், தப்பும் தவறுமாக வேலையைச் செய்யும் ஒருவருக்கு மேல்மாடி காலியாகவா இருக்கும். அங்கே என்ன இருக்கிறது, என்ன நடக்கிறது, சற்று எட்டிப் பார்த்துவிட்டு வருவோமா?

உலகில் உள்ள எல்லா கம்ப்யூட்டர்களையும் விட நம் மூளை புத்திசாலியானது. எவ்வளவு தான் கற்றுக்கொண்டாலும் இன்னும் கொண்டு வா, இன்னும் கொண்டுவா என்று பகாசுரனாகக் கேட்டுக்கொண்டே இருக்கும். ஆம். அடுத்தடுத்து கற்றுக்கொள்ளவும், ஞாபகத்தில் வைத்துக்

கொள்ளவும் மூளையில் சில பகுதிகள் வெற்றிடமாக இருக்கும் என்று சொல்கிறார்கள். ஆக, நம்முடைய மூளை அவ்வளவு ஆற்றலைப் பெற்றது.

நம் மூளை, 1400 கோடி நரம்பு செல்களால் ஆனது. மூளையும் தண்டு வடமும் சேர்ந்ததுதான் மூளையின் நரம்பு மண்டலம். இவை மூன்றுக்கு உறையால் போர்த்தப்பட்டிருக்கும். இந்த உறைக்கு 'மெனிஞ்சஸ்' என்று பெயர். முன் மூளை, நடு மூளை, பின் மூளை என்று மூன்று பகுதிகளாக மூளை பிரிக்கப்பட்டிருக்கிறது.

முன் மூளையை, பெருமூளை, இடைமூளை என்றும், பின் மூளையை சிறுமூளை, பான்ஸ், முகுளம் என்றும் வல்லுநர்கள் பிரித்திருக்கிறார்கள். இடை(நடு) மூளையில் தலாமஸ் மற்றும் ஹைப்போதசைகள் உள்ளன. இப்படிப்பட்ட மூளை, கபாலத்தின் உள்ளே மிகவும் பத்திரமாக, பொக்கிஷமாக உட்கார்ந்து கொண்டிருக்கிறது. உட்கார்ந்து கொண்டிருக்கிறது என்பதைவிட, மிதந்து கொண்டிருக்கிறது என்றால் இன்னும் சரியாக இருக்கும். ஏனென்றால், கபாலத்துடன் உராய்ந்துவிடாமல் இருக்க மூளைத் தண்டுவடத் திரவம் என்ற லூப்ரிகேஷன் திரவம் மூளையைப் பாது காக்கிறது.

மூளையை வலது பிரிவு, இடது பிரிவு என இரண்டாகப் பிரிக் கின்றனர். அதாவது, வலது அறைக் கோளம் மற்றும் இடது அறைக் கோளம். உடலின் வலது பகுதியை இடப்பக்க அறைக் கோளமும், உடலின் இடது பகுதியை வலப்பக்க அறைக்கோளமும் கட்டுப்படுத்துகின்றன. உடைக்கப்பட்ட தேங்காயின் இரு மூடிகள்போல் உருவ அமைப்பில் இவை ஒரே மாதிரிதான் இருக்கும். ஆனால், அவற்றின் வேலைகள் வேறு வேறாகத்தான் இருக்கும்.

வலப்பக்க அறைக்கோளத்தில்,

1. சைகை மொழித் தகவல் பரிமாற்றம், உடல் அசைவுகள் மூலம் தகவல் பரிமாற்றம், தொடுதல் மற்றும் பகுத்தறிவு.

2. சிறு தகவல்களை ஒருங்கிணைத்து முழுமையான தகவலைப் பெறுதல்.

3. உணர்வுகள் மற்றும் கற்பனைகளைப் புரிந்துகொண்டு செயல் படுதல்.

4. கலை உணர்வு மற்றும் படைப்பாற்றல்களை வெளிப் படுத்துதல்.

5. கற்பனை, நுண்ணறிவு, கலை ஆர்வம், இசையில் நாட்டம், முப்பரிமாண உணர்வு போன்ற திறமைகள் வளர்ச்சி அடைவதுடன், உடலின் இடப்பக்க இயக்கமும் கட்டுப் படுத்தப்படுகிறது.

இடப்பக்க அறைக்கோளத்தில்,

1. சொற்கள், பெயர்கள், கருத்துகள்.

2. செய்திகளை ஆராய்ந்து, பகுத்து, ஒழுங்குபடுத்துதல்.

3. முடிவுகளை எடுப்பதற்கு ஆய்ந்து செயல்படுதல்.

4. சிந்தனை ஆற்றல்.

5. ஊகம், அறிவியல் மற்றும் கணிதம் ஆகியவற்றில் ஆர்வம், வேகத்திறன் போன்ற திறமைகள் வளர்ச்சி அடைவதுடன், உடலின் வலப்பக்க இயக்கமும் கட்டுப்படுத்தப்படுகிறது.

உதாரணத்துக்கு, ஒரு வீட்டுச் சமையற்காரரின் வேலை வேறு. பாத்திரம் துலக்குபவரின் வேலை வேறு. ஆனாலும், இருவரும் ஒருங்கிணைந்து வேலை செய்தால்தான் அங்கு வேலை நல்ல முறையில், பிரச்னை இல்லாமல் முழுமை பெறும். நீ சொல்ற நேரத்துக்கெல்லாம் நான் வர முடியாது என்று ஒருவருக்கொருவர் நீயா, நானா என்று சண்டை போட்டால் இருவரது வேலையும் உருப்படியாக நடக்காது.

'ரெண்டு கையும் சேர்ந்தாதான் ஓசை' என்பது இங்கு மிகச் சரி.

வலது கையை இயக்க இடது அறைக் கோளமும், இடது கையை இயக்க வலது அறைக் கோளமும் ஒருங்கிணைந்து செயல் படுத்தினால்தான் கரவொலியே எழுப்ப முடியும் என்றால் பார்த்துக்கொள்ளுங்கள். இப்பிணைப்பு அறுபட்டால் இரண்டு அறைக் கோளங்களும் தனித்தனியே இயங்கும். பிறகு பிரச்னைதான். பொம்மலாட்டம்போல் எந்தக் கையை, எந்தக் காலை இயக்குவது என்ற குழப்பம் ஆரம்பிக்கும்.

சாதாரணமாக, எல்லோருக்கும் இடது அறைக் கோளத்தின் ஆதிக்கம் சற்று அதிகமாக இருக்கும். அதனால்தான் வலப்பக்கத்தை அதிகம் உபயோகிக்கிறோம்.

சிலருக்கு இடக்கைப் பழக்கம் இருப்பதைக் காண்கிறோம். அவர்களுக்கு மூளையின் வலது அறைக்கோளம் ஆதிக்கம் செலுத்துவதே இதற்குக் காரணம்.

சரி, இத்தனை வேலையையும் முன்னின்று நடத்துபவர் யார் என்றால், அது நியூரான்கள். இந்த நியூரான்கள் பற்றி அடுத்து பார்க்கலாம்.

நியூரான்கள்

மனித மூளையில் நியூரான்கள் எனப்படும் செல்கள் உள்ளன என்று பொதுவாகவோ, எளிதாகவோ சொல்லிவிட முடியாது. ஏனெனில், அவன் அன்றி ஓர் அணுவும் அசையாது என்பார்களே, அதுபோல் இந்த நியூரான்கள் இல்லாமல் மூளையே இல்லை.

ஒரு கரு, தாயின் வயிற்றில் இருக்கும்போதே நியூரான்கள் உற்பத்தியாகத் தொடங்கிவிடுகின்றன. அதாவது, ஒரு நொடியில் 2500 நியூரான்கள் உருவாகும், உருவாக வேண்டும் என்று கண்டுபிடித்திருக்கிறார்கள். அதாவது, கரு உருவான முதல் 90 நாள்களுக்கு ஒவ்வொரு நொடியும் 2500 நியூரான்கள் உருவானால் தான் மனித மூளை தினப்படி பணிகளைச் செய்யமுடியும். அப்படியென்றால், மொத்தம் 240 கோடி நியூரான்கள்.

இந்த 240 கோடி நியூரான்களை இணைத்துச் செயல்பட வைக்க வேண்டுமே. இந்தப் பணியைப் பாலம்போல் இணைத்துச் செய்வது யார் என்றால், அது, க்ளையல் செல் (Glial Cells). இந்த செல்களின் எண்ணிக்கை எவ்வளவு தெரியுமா? நியூரான்களை விட 10 மடங்கு அதிகம்.

இந்த க்ளையல் செல்களும் நியூரான்களும் வலுவிழக்கும் போதுதான், மூளையில் பல்வேறு குறைபாடுகளும், நோய்களும் தலை தூக்க ஆரம்பிக்கின்றன.

இத்தனை கோடி நியூரான்கள் மூளையில் இரவு பகலாக உழைத்துக் கொண்டு நம்மை இயக்கிக்கொண்டிருக்கின்றன. இப்போது சொல்லுங்கள், யாருக்காவது மேல்மாடி காலியாகவா இருக்கும்?

ஐந்தாம் வகுப்பு படிக்கும் பாலாஜியை அழைத்துச் செல்ல வந்த கார் டிரைவரிடம், பாலாஜியின் அப்பாவை மறுநாள் காலை பிரின்சிபாலை வந்துப் பார்க்கும்படி, கிளாஸ் டீச்சர் கூறினார். வீட்டுக்கு வந்ததும், டிரைவர் சொன்னதைக் கேட்டு பாலாஜியின் பெற்றோருக்கு, எதற்காக பிரின்சிபாலை வந்து பார்க்கச் சொன்னார்கள் என்று குழப்பத்தில் ஆழ்ந்தனர்.

என்னவென்றுதான் பார்த்துவிடுவோம் என்று, மறுநாள் காலை அலுவலகத்துக்கு விடுமுறை போட்டுவிட்டு பாலாஜி படிக்கும் பள்ளிக்கு அவனுடைய அப்பா சென்றார்.

பாலாஜியின் அப்பாவைப் பார்த்த உடனேயே, பாலாஜி மீது அடுக்கடுக்கான புகார்ப் பட்டியலை பிரின்சிபால் வாசித்தார். அதைக் கேட்கக்கேட்க பாலாஜியின் அப்பாவால் நம்பவே முடியவில்லை.

உடன் படிக்கும் மாணவர்களுடன் கட்டிப்புரண்டு சண்டை போடுவதாகவும், எல்லோரையும் கண் மண் தெரியாமல் அடித்து விடுவதாகவும், அடிக்கடி சண்டைக்கு வா என்று தொல்லைப் படுத்துவதாகவும் பாலாஜி மீது குற்றச்சாட்டுகள் சுமத்தப்பட்டன.

வீட்டில் பாலாஜி எப்படி இருக்கிறான் என்று கேட்ட பிரின்சிபாலிடம், நானும் என் மனைவியும் வேலைக்குப் போகிறோம். வீட்டில் வேலைக்காரபாட்டிதான் இருப்பார். நாங்கள் இருவரும் இரவு 8 மணிக்கு மேல்தான் வீட்டுக்கே வருவோம். அதனால், அவனுடைய அன்றாட வேலைகள் பற்றி அவ்வளவாகத் தெரியாது என்றார் பாலாஜியின் அப்பா.

சரி, அவனிடமே கேட்டுவிடலாம் என்று நினைத்து, அவனைக் கூப்பிட்டு அனுப்பினார் பிரின்சிபால். சிறிது நேரத்தில் அறைக்கு வந்த பாலாஜியிடம், ஸ்கூல் வீட்டு வீட்டுக்குப் போனதும் என்ன செய்வாய் என்று பிரின்சிபால் கேட்டார்.

நான் டிவி பார்ப்பேன் என்ற அவனிடம், என்ன சேனல் பார்ப்பாய் என்று கேட்டார். நான், ஸ்போர்ட்ஸ் சேனல் பார்ப்பேன். குத்துச்சண்டை, மல்யுத்தம், WWF போன்ற விளையாட்டுக்கள் பிடிக்கும் என்றான் பாலாஜி.

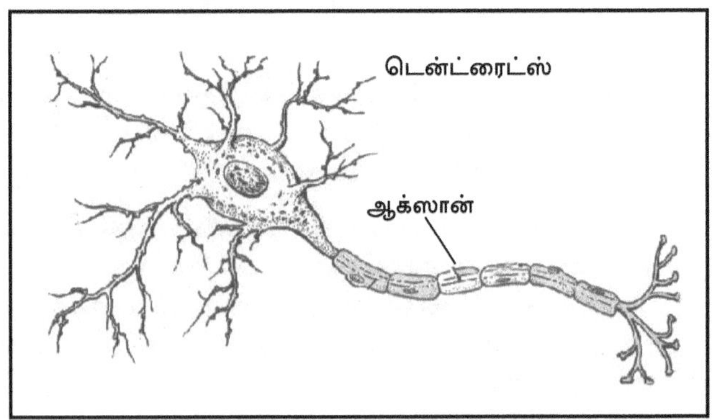

சரி. இந்த நிகழ்ச்சிக்கும், மிர்ரர் நியூரான்கள் என்று சொல்லப்படும் 'கண்ணாடி நியூரான்களுக்கும்' என்ன சம்பந்தம். பார்க்கலாம் வாருங்கள்.

கற்றுக்கொள்ளத் தூண்டும் கண்ணாடி நியூரான்கள்

நினைவாற்றல் குறைந்துகொண்டே வருகிறது என்கிறார் ஒருவர். மேலும், நன்கு தெரிந்த மொழியே தடங்கலாக இருக்கிறது என்றும் கூறுகிறார். இவ்வாறு ஒரு விஷயம் மறந்துபோவதற்கு முன் அதை அவர் கற்றிருக்க வேண்டுமே. அது எப்படி நிகழ்கிறது என்றால், அது 'மிர்ரர் நியூரான்' என்றழைக்கப்படும் நியூரான்களால் தான்.

குரங்கு-குல்லாக்காரன் கதை எல்லோருக்கும் தெரிந்ததுதான். குல்லா வியாபாரியின் குல்லாக்களை எடுத்துக்கொண்ட குரங்குகள், அவன் கையில் இருந்த குல்லாவை வீசி எறிந்தவுடன், அதைப் பார்த்து எல்லா குரங்குகளும் தங்களுடைய கையில் இருந்த குல்லாவைக் கீழே போட்ட கதையை எல்லோரும் படித்திருக்கிறோம். இங்கே எதற்கு அந்தக் கதை என்று கேட்கிறீர்கள்? அதற்கு மூல காரணமே இந்த மிர்ரர் நியூரான்கள் தான். ஆச்சரியமாக இருக்கிறதா?

1990-ம் ஆண்டு, இத்தாலியில் உள்ள ஒரு சோதனைக் கூடத்தில் ஜியாகோமோ ரிஸோலாடி (Giacomo Rizzolatti) என்ற நரம்பியல் நிபுணர், ஒரு குரங்கின் மூளையை ஆராய்ந்தார். அப்போது அவர், குரங்கின் மூளையில் சில முக்கியத்துவம் வாய்ந்த நியூரான்கள் இருப்பதைக் கண்டறிந்தார். மேலும், இந்த நியூரான்களின் தூண்டுதலாலேயே பிறர் செய்யும் செயலைக் குரங்குகள் திருப்பிச் செய்வதாகக் கண்டறிந்தார் ரிஸோலாடி.

மனித மூளையை ஆராய்ந்தபோது, இந்த 'மிர்ரர் நியூரான்கள்' குரங்கைவிட அதிக அளவில் இருப்பதாகக் கண்டறிந்தார். அதனால் தான், மனிதனால் பிறரின் செய்கைகளை மட்டுமின்றி, பிறரின் உணர்வு, நடவடிக்கை, பல்வேறு உணர்ச்சிகள் போன்றவற்றைப் புரிந்துகொள்ள முடிகிறது என்றும் கூறினார்.

ஆக, ஒருவர் மனத்தை ஒருவர் படிப்பது என்பது இந்த மிர்ரர் நியூரான்களால்தான்.

தாயின் வயிற்றில் இருக்கும்போதே குழந்தை கற்றுக்கொள்ள ஆரம்பித்து விடுவதாக நம் புராணங்களில் பல கதைகள் உண்டு. அது முற்றிலும் உண்மை. அதற்கு மூல காரணமே இந்த மிர்ரர் நியூரான்கள்தான்.

ஒவ்வோர் ஆண்டும் இந்த நியூரான்கள் சோடியம், பொட்டாஷியம் போன்று தனக்கு உரமாக இருக்கும் பொருள்களைத் தானே புதுப்பித்துக்கொள்கின்றன. இதனால், ரசாயன மாற்றம் ஏற்பட்டு

நியூரான்கள் புதுப்பிக்கப்படுகின்றன. இந்த நியூரான்கள் ஜாதி, மத, மொழி, இன, வயது, பால் வேறுபாடின்றி சாதாரணமாக எல்லோருக்கும் ஒரே அளவில்தான் இருக்கும்.

இவற்றை நம் கட்டுப்பாட்டுக்குள் வைக்க முடியாது. உதாரணத்துக்கு, குழந்தைகள் பந்து விளையாடுகின்றன. ஒன்றைப் பார்த்து இன்னொன்றும் அதேபோல் எறிகிறது. அதற்கு மிர்ரர் நியூரான்கள் தூண்டப்படுவதே காரணம்.

அதாவது, 'நான்' என்ற தடை நீங்கி, நியூரான்கள் இழுக்கும் இழுவைக்கு நாம் இயங்கும்போதுதான் நம்மால் கற்றுக்கொள்ள முடிகிறது. அதுதான் இதன் சிறப்பு.

பிறரின் செய்கையிலிருந்து கற்றுக்கொள்ள வைக்கிற இந்த மிர்ரர் நியூரான்கள் மட்டும் நமக்கு இல்லை என்றால், இந்த அழகான உலகம் இருக்குமா? ஓவியம், நடனம், இசை, மொழி உள்ளிட்ட ஆய கலைகள் 64-ம் ஒருவரிடமிருந்து பிறருக்கு, இந்த மிர்ரர் நியூரான்கள் இல்லையென்றால் கற்றுக்கொள்வது என்பது சாத்தியமில்லை.

'ஆடிஸம்' எனப்படும் குறைபாடு உள்ள குழந்தைகளின் மூளையைப் பரிசோதித்தபோது, இந்த நியூரான்கள் சரியான வகையில் இல்லாமல், உடைந்தும் ஒழுங்கற்ற நிலையிலும் இருப்பது கண்டறியப்பட்டது. இதனால்தான், ஆடிஸத்தால் பாதிக்கப் பட்டவர்கள், பிறரிடமிருந்து எதையும் எளிதில் கற்றுக்கொள்ள முடிவதில்லை. பிறர் உணர்ச்சிகளையும் புரிந்துகொள்ள முடியாமல், தன் உலகத்தில் ஆழ்ந்து விடுகின்றனர் என்கின்றனர் நிபுணர்கள்.

தற்போதுள்ள மூளையின் எடை மற்றும் திறனை, பரிணாம வளர்ச்சியில் 3 லட்சம் ஆண்டுகளுக்கு முன்பே மனிதன் பெற்று விட்டான். ஆயினும், கடந்த ஐம்பதாயிரம் ஆண்டுகளில்தான் வியக்கத்தக்க வகையில் கலை, மொழி, விளையாட்டு, பல்வேறு அறிவியல் கண்டுபிடிப்புகள், கணிதம் என்று பல்வேறு துறைகளிலும் கால்பதித்து, இன்றுவரை ஒவ்வொரு நாளும் புதிது புதிதாகக் கண்டுபிடித்துக்கொண்டிருக்கிறான் என்றால், அதற்குக் காரணம் இந்த மிர்ரர் நியூரான்கள்தான்.

முன்பெல்லாம், குழந்தைகள் மிகவும் சீக்கிரமாகவே நடக்க பேசக் கற்றுக்கொண்டுவிடுவதோடு, நல்ல மொழி வளமும் இருந்தது. காரணம், கூட்டுக் குடும்பம். நாள் முழுவதும் பல்வேறு மனிதர்களின் நடவடிக்கைகளைப் பார்த்துக் கொண்டே அதனைத்

திரும்பச் செய்ய முயற்சிக்கும் குழந்தை, எளிதில் வெற்றியும் பெறும்.

அதேபோல், ஒழுக்கமான வாழ்க்கை முறை, இனிமையான பேச்சு, அழகான பாட்டு, ஒருவருக்கொருவர் விட்டுக் கொடுத்தல், பகிர்ந்துண்ணல் போன்று பல்வேறு நடவடிக்கைகளையும் பார்க்கும்போது உணர்வுகளை எளிதில் புரிந்துகொள்ளவும், அதேபோல் நடக்கவும் செய்கிறது குழந்தை.

இப்போது 'நியூக்ளியர் பேமிலி' எனும் தனிக் குடித்தனத்தில் யாரும் இல்லாத வீட்டில் நுழைந்தவுடன் ஹாயாக டி.வி.யை ஆன் செய்துவிட்டு உட்கார்ந்துவிடுகிறார்கள் பள்ளியில் இருந்து வரும் குழந்தைகள். போட்டி போட்டுக்கொண்டு ஒளிபரப்பாகும் வன்முறை மற்றும் ஆபாசக் காட்சிகளைப் பார்க்கும்போது, அவர்களை அறியாமல் நடக்கும் மிர்ரர் நியூரான்களின் தூண்டுதலால் வன்முறை, கோபம் எல்லாம், பார்ப்பவர்களுக்கும் தலைதூக்க ஆரம்பிக்கின்றன. இப்போது புரிகிறதா, பாலாஜியின் குஸ்தி சண்டை ஆசைக்குக் காரணம் என்னவென்று?

ஆக, 'தீயதைப் பார்க்காதே', 'தீயதைக் கேட்காதே', 'தீயதைப் பேசாதே' என்பதை நினைவில் கொண்டால் நல்லது.

சும்மாதான் பார்க்கிறேன் என்று ஆரம்பித்தால், உங்களுக்கே தெரியாமல், மிர்ரர் நியூரான்கள் தயவில் திசை திருப்பப்பட்டு விடுவீர் கள். ஆகையால், ஆக்கபூர்வமாக சிந்தித்துச் செயல்படுவோம்.

மூன்று லட்சம் ஆண்டுகளுக்கு முன்பு உலகம் உருவானது. இதில் கடைசி 50 ஆயிரம் ஆண்டில்தான், மூளையில் மொழியைக் கற்றுக் கொள்ளும் பகுதியைப் பயன்படுத்தி மனிதன் பேசக் கற்றுக் கொள்ள முயற்சித்தான். இதற்குக் காரணம் மிர்ரர் நியூரான்கள்தான்.

இந்த மிர்ரர் நியூரான்கள் எல்லோருக்கும் ஒரே மாதிரித்தான் இருக்கும். ஹிந்து, முஸ்லிம், கிறிஸ்தவர், யூதர்கள் என பல்வேறு மதங்களைச் சார்ந்தவர்களாக இருந்தாலும், ஏழை - பணக்காரன், படித்தவன் - படிக்காதவன் என்ற பலவகையான வித்தியாசங்கள் இருந்தாலும், எல்லோருடைய மூளையிலும் இருக்கும் நியூரான்களில் எந்த வேறுபாடும் கிடையாது. ஆனால், எண்ணங்களில் நிறைய வேறுபாடுகள் இருக்கலாம். இந்த அற்புதம் எப்படி நிகழ்கிறது? இன்னும் புரியாத புதிராகத்தான் இருக்கிறது.

நாம் நகர்வதால்தான் நகர்கிறோம் என்று நாம் நினைக்கிறோம். ஆனால், புலனுறுப்புகளுடன் இணைக்கப்பட்டு இருக்கும் நியூரான்கள் நகர்வதால்தான் நாம் நகர்கிறோம்.

அறிவியலில், காலமும் பிரபஞ்சமும் (Space) நகர்வதே இல்லை. பிரபல விஞ்ஞானி ஐன்ஸ்டீனும், நாம் கணக்கிடுவதற்கு எளிதாக மாதம், வருடம், நாள் என்று பெயர் கொடுத்துவைத்துள்ளோம். பிரபஞ்சம் என்று வரும்போது எதுவுமே நிரந்தரமில்லை என்கிறார். அப்படி இருக்கும்போது, நினைவாற்றல் எப்படி நிரந்தரமாகும்?

ஆல்ஃபா என்னும் அருமருந்து

நரம்பியல் மருத்துவத்தில், ஒருவரை உட்காரவைத்து அவருடைய தலையில் அக்டோபஸின் கால்களைப்போல் எட்டுத் திசைகளிலும் ஒயர்களைப் பரவவிட்டு செய்யப்படும் ஒருவிதமான பரிசோதனையைப் பற்றி சிலருக்குத் தெரிந்திருக்கலாம். அப்படி என்ன பரிசோதனை அது? அதன் பெயர் என்ன என்பதைப் பற்றித் தெரிந்துகொள்ளும் முன், மூளையில் என்னதான் நடக்கிறது என்பதைப் பற்றி கொஞ்சம் விரிவாகத் தெரிந்துகொள்வோம்.

நம் மூளையில் இருந்து மெல்லிய மின் வீச்சுகள் வெளிவந்து கொண்டே இருக்கின்றன. இவ்வாறு வெளிவரும் மின் வீச்சுகளை நரம்பியலாளர்கள், விநாடிக்கு இத்தனை சுற்றுகள் (சைக்கிள்) என்று கணக்கிட்டு டெல்டா, தீட்டா, ஆல்ஃபா, பீட்டா, காமா என்று ஐந்து நிலைகளாகப் பிரிக்கின்றனர். இந்த ஒவ்வொரு சைக்கிள் நிலையிலும் நம் மன, உடல் நிலைகளில் மாற்றம் இருக்கும்.

அதாவது டெல்டா நிலை என்பது ஒருவரின் ஆழ்ந்த தூக்கத்தில் தோன்றும். இதை, விநாடிக்கு 0.5-3.5 HZ என்று கணக்கிட்டுள்ளனர். தீட்டா நிலை, விநாடிக்கு 4-7 HZ. இது மிதமான தூக்கத்தில் இருக்கும். ஆல்ஃபா மின் அலைகள், தூக்கத்துக்கும் விழிப் புக்கும் இடைப்பட்ட காலத்தில் 8-12 HZ அளவில் இருக்கும். பீட்டா 13-28 HZ என்ற அளவிலும், காமா 28 HZ-க்கு மேலும், ஒருவரின் பிற செயல்பாட்டு நிலைகளில் (படித்தல், எழுதுதல், மற்ற வேலைகள்) இருக்கும் என்கின்றனர்.

மின் அலைகளின் அளவை எப்படிக் கணக்கிடுகிறார்கள்? 1924-ம் ஆண்டில் ஜெர்மனியைச் சேர்ந்த ஹேன்ஸ் பெர்ஜர் என்ற உளவியலாளர், EEG எனப்படும் எலெக்ட்ரோ என்ஸெஃபலோ கிராஃப் (Electro Encephalo Graph) என்ற முறையைக் கண்டறிந்து உலகுக்கு அறிமுகப்படுத்தினார். இதுதான், மூளையில் நடக்கும் பல்வேறு விஷயங்களை அறிந்துகொள்ள உதவும் ஆதாரமாக

இன்றளவும் பயன்பட்டு வருகிறது. இந்த EEG-யைத்தான் அத்தியாயத்தின் முதலில் பார்த்தோம்.

இம்முறையில், மூளையின் பல்வேறு பகுதிகளின் செயல்பாடும், வளர்ச்சி நிலையும் நன்கு புரிந்துகொள்ளப்படுகிறது. இன்று கம்ப்யூட்டர் யுகம். ஹேன்ஸ் பெர்ஜர் முறையின் அடிப்படையில், கம்ப்யூட்டர் உதவியுடன் மனித மூளையின் ஒவ்வொரு பகுதியிலும் மின் அலை அளவுகளை உடனடியாகக் கணக்கிடலாம். அதன்மூலம், அவருக்கு ஏற்பட்டு இருக்கும் பிரச்னைகளையும் எளிதில் அறியலாம். தகுந்த சிகிச்சையும் அளிக்கலாம்.

ஹேன்ஸ் பெர்ஜர் தான், முதன் முதலில் ஆல்ஃபா மின் அலைகளைக் கண்டறிந்தார். அதாவது, ஒருவர் கண்களை மூடி பிரார்த்தனை செய்வதுபோல் இருக்கும்போது இந்த ஆல்ஃபா மின் அலைகள் ஏற்படுகிறது. கண்களைத் திறந்து அவரது கவனம் திசை திரும்பும்போது, உடனே பீட்டா மின் அலைகள் தோன்றி விடுகின்றன என்றும் அவர்தான் கண்டறிந்து கூறினார்.

பொதுவாக, ஆல்ஃபா வின் அலைவரிசை 8-12 HZ என்றாலும், சாதாரணமாக எல்லோருக்கும் 10 HZ அதாவது விநாடிக்கு 10 சைக்கிள் என்ற அளவிலேயே இருக்கிறது. அதுவும் ஒருவர் பார்வை மற்றும் பிற செயல்பாடுகளில் இருந்து தன்னை விடுவித்துக்கொண்டு விழிப்புணர்வுடன் கண்களை மூடிய நிலையில் இருக்கும்போது மட்டுமே இந்த ஆல்ஃபாமின் அலைகள் ஆதிக்கம் செலுத்துகிறது என்று பல்வேறு நரம்பியலாளர்களும் கண்டறிந்தார்கள். சரி. அதனால் என்ன என்று கேட்கிறீர்களா?

இந்த ஆல்ஃபா நிலையில் செயல்படும்போது பொதுவாக இயங்கும் இடப்பக்க மூளையுடன் வலப்பக்க மூளையும் ஊக்குவிக்கப்படுகிறது. அதனால், நமது மூளை மிகவும் சக்தி வாய்ந்த, ஆக்கபூர்வமான, உள்ளுணர்வுடன்கூடிய சிந்தனையில் செயல்படுகிறது. இந்நிலையில், நாம் நம் ஆழ்மனத்துடன் தொடர்பு ஏற்படுத்திக்கொள்ள முடியுமாம். ஆல்ஃபாவின் அருளால் தடுமாற்றமோ, குழப்பமோ இல்லாமல் முடிவுகளை எடுக்கலாம். பதற்றத்துக்கு இடம் இல்லை. உடல் ஆரோக்கியம் ஏற்படும். நம் எண்ணங்களையும் செயல்களையும் நம் கட்டுப்பாட்டுக்குள் வைத் திருக்கலாம். தீய எண்ணங்கள் நம்மை விட்டு ஓடும். இரவில் நன்றாகத் தூங்கலாம். பாஸிடிவ் திங்கிங் எனப்படும் நேர்மறையான எண்ணங்கள் தலைதூக்கும் என்று அடுக்கிக் கொண்டே செல்கின்றன. இது நமக்கு தெரிந்ததுதானே என்று சிலர் நினைக்கலாம்.

ஆம், ஆண்டாண்டு காலமாக முனிவர் முதல் ரமணர் வரை எல்லோரும் பழகச் சொன்ன தியானம்தான் இந்த ஆல்ஃபா நிலை. ஆனால், எதையுமே அறிவியல்பூர்வமாக ஆராய்ந்து சொன்னால் தான் நம்புவார்கள். 1960-களில் பேங்கெட் (Banquet) என்ற நரம்பியல் நிபுணர் இதை நிரூபிக்க முனைந்தார்.

அவர் யோகா, தியானம் பழகும் ஜென் (Zen) துறவிகளை EEG முறையில் பரிசோதித்தார். அப்போது, ஆல்ஃபா (8-12 HZ) அலை வரிசையில் மின் அலைகள் இருப்பதைக் கண்டார். தியானத்தின் இரண்டாம் நிலையில், மூளையின் முன், பின் பகுதிகளில் தீட்டா மின் அலைகள் பரவுவதைக் கண்டார். தியானத்தில் நல்ல அனுபவம் உள்ள சிலருக்கு மூன்றாம் நிலையாக பீட்டா மின் அலைகள் அதிக அளவில் (13-28 HZ) உற்பத்தியாகி, மூளையின் முழுப் பகுதியையும் ஆக்கிரமிப்பதாகக் கண்டறிந்து கூறினார். மேலும், ஆழ்ந்த தியானத்தின்போது வெளிச்சம், சத்தம் போன்ற புறக் காரணிகளால் ஆல்ஃபா நிலை தடுக்கப்படுவதில்லை என்றும் கூறினார்.

மொத்தத்தில், மனத்தின் சந்தோஷ நிலையே இந்த ஆல்ஃபா நிலை என்கிறார்கள். வயது வரம்பின்றி அனைவரும், தினமும் 10 முதல் 15 நிமிடமாவது தியானத்துக்கென்று ஒதுக்க வேண்டும். தங்கள் ஆழ்மனத்துக்குத் தக்க பயிற்சி அளித்தால், அதன்மூலம் எந்த வேலையையும் எளிதில் செய்து முடிக்கலாம். எந்த சவால் களையும் சந்தித்து சாதனை படைக்கலாம். பதற்றம், மனச்சோர்வு, மன அழுத்தம் ஏதுமின்றி சந்தோஷமாக வாழ்வைக் கழிக்கலாம் என்று சொல்கிறார்கள்.

இப்படி வாழ்க்கையை எளிமைப்படுத்தக்கூடிய ஆல்ஃபா தியானத்தை ஒழுங்காகப் பயிலும் எல்லோருக்கும் நிஜமாகவே அருமருந்துதான் என்பதில் சிறிதும் ஐயமில்லை.

3

'நான்' யார்? அறிவோமா?

'நம்பிக்கையே ஆத்மாவின் எழுதுகோல்!'

மனம் என்பது உணர்ச்சிவசப்படுவதும் குழம்புவதும், புத்தி என்பது தீர்மானிப்பதும் தெளிவடைவதும் ஆகும்.

மனமும் புத்தியும் சேர்ந்த தொகுதியே சித்தம். அதாவது, உள்ளம் எனப்படுவது. மனமும், புத்தியும் விளையும் நிலமே உள்ளம் என்றும் கொள்ளலாம்.

அதாவது, மனமும் புத்தியும் எண்ணங்களாகக் கிளைவிட்டுக் கிளம்புவதற்குக் களமாக இருப்பது அடிப்படையான உள்ளம் அல்லது அடிமனம் (Subconscious) மற்றும் மறைமனம் (Unconsciousness) இரண்டும்தான். இந்தப் பகுதிகளில் இருந்தே, கண், காது, மூக்கு என ஒவ் வொன்றாக சேர்த்து ஓர் உருவம் வரைவது போல் எண்ணங்கள் ஒவ்வொன்றாகத் தோன்றி நம்மை ஆக்கிரமிக்கின்றன.

இந்தப் பகுதி தூய்மையாகிவிட்டால், உள்ளமும் தூய்மை அடைகிறது என்று யோக சூத்திரங்களும் வேதங்களும் சொல்கின்றன.

இதற்கு ஏதாவது க்ளீனிங் சொல்யூஷன் (Cleaning Solution) இருக்கிறதா என்ன? ம்...

இருக்கிறது. அதற்குப் பெயர்தான் தியானம் என்கின்றனர் மகான்கள்.

மனம் என்பது எண்ணங்கள் மட்டும்தான். எண்ணங்கள் ஏற்படாத இயக்கமற்ற நிலையில் மனம் இருக்கும்போது, வெளியுலகத் தொடர்பு இல்லாத உறக்கம் ஏற்பட்டு விடுகிறது.

ஒருவர் தூங்கி எழுந்துவிட்டு, 'ஒண்ணுமே தெரியாம தூங்கினேன். சவுண்ட் ஸ்லீப் (Sound Sleep)' என்கிறார். 'ஒண்ணுமே தெரியாம தூங்கினார்' என்பதை அவர் அறிந்தது எப்படி? தூக்கத்திலும் மூளை பதிவு செய்து கொண்டிருக்கிறது.

எந்த ஒரு நிலையிலும் எண்ணங்கள் மனத்தில் ஓடிக்கொண்டே தான் இருக்கின்றன. மனத்துக்கு வெறுமை ஒருநாளும் சாத்திய மாகாது. அதனால், எண்ணங்கள் என்பதே விழிப்புணர்வுடன் இருப்பதைக் காட்டுகிறது. அனுபவிக்கப்பட்ட விஷயத்தின் (எண்ணத்தின்) அழியாத்தன்மையைத்தான் 'நினைவு' (Memory) என்கிறோம்.

மனம் ஒரு அஷ்டாவதானி. அதாவது, ஒரே காலத்தில் பல வேலைகளைச் செய்யக்கூடியது. ஓர் எண்ணத்தில் இருக்கும் போதே இன்னொரு எண்ணத்தை விடாமல் பதிவுசெய்து வைத்து விடுகிறது. இதற்கு நினைவு என்று பெயர். என்ன செய்து கொண்டிருந்தாலும் அதன் நினைவுடனேயே அதற்கான சிந்தனையிலும் காரியத்திலும் ஈடுபடுகிறோம்.

நான் கோபித்தேன், அழுதேன், சிரித்தேன் என்று செய்த அனைத்தையும் கவனித்துப் பதிவு செய்து கொண்டிருப்பதால், பிற்காலத்தில் திரும்பி வரவழைத்து நினைத்துப் பார்க்க முடிகிறது. இந்தத் திறனைத்தான் 'நினைவாற்றல்' என்கிறோம்.

போதை, சுகம், துக்கம், தூக்கம், கனவு போன்ற பலவிதமான மனநிலைகளில் பயணப்பட்டிருந்தாலும், எல்லாம் அழிந்து விடாமல் பதிவில் இருக்கின்றன. வேண்டும்போது அவற்றை மீண்டும் நினைத்துப் பார்க்க முடிகிறது. இத்திறன் குறையும்போது அது 'மறதி'யாகிறது. ஒருமுறை மனத்தில் தோன்றிய எண்ணங்கள் அழிவதே இல்லை. நாம் கேட்டது, பேசியது, அனுபவித்தது எல்லாம் பதிவுகளாக அப்படியே இருக்கின்றன. அதனால்தான் வீட்டுப் பெரியவர், 'ஐம்பது வருஷம் ஆனாலும் அவன் சொன்ன சொல்லு இன்னும் என் காதுல ஒலிச்சுட்டே இருக்கு. நம்ம பரம்பரையே அவன் வீட்டு வாசல மிதிக்கக் கூடாது' என்று உதார் விட்டுக்கொண்டிருப்பதை இன்றும் பார்க்கிறோம்.

புத்தர் உள்பட பல ஞானிகள் தங்கள் முற்பிறப்பைக்கூட அறிந்து கூறியிருப்பதாக வரலாறுகள் கூறுகின்றன. கோடிக்கணக்கான உணர்வுகளைச் சுமக்கும் அதிசய மனிதர்கள் நாம். வெளிப்பார்வைக்கு நல்ல அழகான திடகாத்திரமான உருவம். ஆனால், உள்ளே... நம் எண்ணங்கள் பெரும்பாலும் வெறும் குப்பை, கூளங்கள்தான்.

நம் மனம், அகங்காரத்தால் பல குப்பைகளைச் சேர்த்துக் கொண்டு நம் இயல்பான தன்மையை இழக்கச் செய்யும். உண்மையில் நாம் குழந்தை போன்று கள்ளம் கபடம் இல்லாதவர்கள். இந்தத் தன்மையை மீண்டும் பெற வேண்டும் என்றால், மனத்தைத் தூய்மையாக வைத்திருக்க வேண்டும்.

தேவையில்லாததை எண்ணி எண்ணி அசை போடுவதை விட்டுவிட்டு, மனத்தைக் காலியாக வைத்திருக்க முயற்சி செய்ய வேண்டும். மனத்தை வெற்றிடமாக வைத்தால், எண்ணங்கள் கடந்து தியான நிலையை அடையலாம்.

ஒரு ஜென் குரு. மிகவும் அமைதியானவர். தன் வழியில் ஜென் தத்துவங்களை மக்களுக்கு போதித்துக்கொண்டிருந்தார். அதனால், அவருக்கு அப்பகுதியில் பெயரும் புகழும் இருந்தது. அதனைப் பொறுக்காத அறிவாளி ஒருவன், மன்னரிடம், 'இவர் ஒரு ஏமாற்றுப் பேர்வழி என்று நிரூபித்துக் காட்டுகிறேன்' என்றான். அவரை வாதத்துக்கு அழைக்க அவரது குடிலுக்குச் சென்றான்.

ஜென் குருவும் அவனை அன்புடன் வரவேற்று, தேநீர் தயாரித்துக் கொடுக்க ஆரம்பித்தார். தேநீர் தயாரித்து முடித்து கோப்பைகளை வைத்து அதில் தேநீரை ஊற்றினார். கோப்பை நிரம்பியது. ஆனாலும், குரு தேநீரை ஊற்றிக்கொண்டே இருந்தார். ஒரு கட்டத்துக்கு மேல் வந்தவனால் பொறுக்க முடியவில்லை.

ஏன் நிரம்பிய கோப்பையிலேயே ஊற்றிக் கொண்டிருக்கிறீர்கள்? என்று கேட்க, 'ஐயா, நீங்களும் கோப்பையும் ஒன்றுதான். முதலில் உள்ளே உள்ளதை வெறுமையாக்குங்கள். அப்புறம் நிரப்பலாம்' என்றார் குரு.

ரமணரும் இதைத்தான் பிரதிபலிக்கிறார். 'நான்' என்ற 'வேர்' ஆகும் எண்ணத்தைப் பற்றியே மனம் செயல்படுகிறது. எண்ணங்களின் குவியலே மனம். அகந்தை (அகங்காரம்) எல்லா எண்ணங்களிலும் உள்ளது. தன்னைப் பற்றிய அறிவை விலக்கி விட்டு வெளியே உள்ளவற்றையே சிந்திக்கிறது என்கிறார்.

தூங்குவதற்கு முன்னும், தூக்கத்தில் இருந்து விடுபடும்போதும் நிர்மலமாக இருக்கும் மனம், விழித்தவுடன் 'நான்' என்ற எண்ணமே நமக்கு முன் விழித்துக் கொள்கிறது. தண்ணீரில் கல்லை விட்டெறிந்தால் ஏற்படும் நீர் வட்டம்போல், அடுக்கடுக்காய் எண்ண அலைகளைப் பரப்பிக்கொண்டு சிந்திக்கத் தொடங்குகிறது நம் மனம்.

இவ்வாறு நிர்மலமாக, எண்ணங்கள் ஏதும் இல்லாத நிலையி லேயே தொடர்ந்து இருக்க முடியும் என்கிறார் ரமணர். அதைத்தான், தன்னைத்தானே உணர்ந்துகொள்ளுதல் (Self realisation) என்கிறார்கள் மகான்கள்.

நான் யார்? என்ற எண்ணம் எப்போது வருகிறதோ, அப்போது முதல் நம்மை அறிந்துகொள்ளத் தொடங்கும் படலம் ஆரம்ப மாகிறது. மனத்தை உள் முகமாகத் திருப்பி அழைத்து ஆழமாகக் கீழ் நோக்கிச் செல்ல முயற்சிக்கும்போது, உன்னை உண்மையாக அறிந்துகொள்ளலாம் என்கின்றனர், மகான்கள். ஆழத் தேடினால், 'நான்' என்ற அகந்தை ஓட்டம் பிடிக்கிறது. எஞ்சி நிற்பது ஆன்மா ஒன்றே.

மனமும் மூச்சும் இணைவது தியானம். இது இயல்பு நிலைக்கு அழைத்துச் செல்வது. தன்னைத்தானே உணர வைப்பது. இதைத்தான் புத்தர் முதல் ரமணர் வரை கண்டறிந்தனர். கண்டறியச் சொல்லி, கிட்டத்தட்ட எல்லா மதங்களுமே சொல்வது இதைத்தான். இந்தத் தன் நிலை அறிதலைத்தான் சக்தி, இறைவன் என்று ஒவ்வொருவரும் தனக்குப் பிடித்த கடவுளின் பெயரைச் சூட்டிக் கொண்டாடி வருகிறோம்.

பெரிய பெரிய மகான்கள் சொன்ன தியானத்தின் மகிமையை, பென்சில்வேனியா பல்கலைக்கழகம் இப்போது ஆய்வு செய்து பல அறிக்கைகளை வெளியிட்டுள்ளது.

அதில், தினமும் சிறிது நேரமாவது தியானம் செய்வதால் கவனம், நடத்தை, இலக்கை எளிதில் அடைதல், சூழ்நிலைக்குத் தக்கவாறு சுறுசுறுப்பாகச் செயல்படுதல், வேகம், துல்லியமான அறிவு ஆகியவை வியக்கத்தக்க வகையில் முன்னேற்றம் அடைவதைக் கண்டறிந்துள்ளனர்.

சுருங்கச் சொன்னால், சுமார் 30 நிமிடம் செய்யப்படும் தியானத்தால், மூளையின் செயல்பாடு முடுக்கிவிடப்பட்டு அதன் திறன் அதிகரிக்கச் செய்யப்படுகிறது. இதைத்தான் நொடிக்கு நொடி வாழ் என்று சொல்கிறார்களோ?

4

மனமே நீ எங்கே ?

'மனம் கொடுப்பதோ அவ நம்பிக்கை
ஆத்மா தருவதோ நம்பிக்கை'

மனம் என்பது உணர்வு, எண்ணம் மற்றும் அறிவுத்திறன் ஆகிய மூன்றின் செயல்பாட்டின் கலவை என்பதுதான் அறிவியல் மற்றும் மருத்துவ வல்லுநர்கள் கருத்து. கருத்துதானே தவிர, அதுதான் உண்மை என்று அவர்களாலும் உறுதியாகச் சொல்ல முடியவில்லை.

இன்றுவரை, கண்ணாமூச்சி காட்டிக் கொண்டிருக்கும் மனத்துக்கு விளக்கம் அளிக்க, ஆன்மிக ரீதியாகவும், அறிவியல் ரீதியாகவும் எத்தனையோ அறிஞர்களும் ஞானிகளும் முயற்சித்துள்ளனர்.

தினம் தினம் எத்தனை, எத்தனையோ விளக்கங்கள் வந்துகொண்டுதான் இருக்கின்றன.

சரி. மனம் என்று சொல்கிறார்களே அப்படி அதில் என்னதான் இருக்கிறது? அது இல்லா விட்டால் என்ன ஆகும்? சற்று விளக்கமாகப் பார்க்கலாம்.

ஒரு மனிதனின் மனத்தில் நான்கு விதமான இயக்கங்கள் சரியாக நடைபெறவேண்டும்.

பத்து ஆண்டுகளுக்கு முன் பழகிய ஒருவரை திடீரென்று பார்க்க நேரும்போது, யார் இவர் என்று யோசிக்க ஆரம்பிப்போம். ஆழ்மனத்தில் இருந்து தேடும்போது அவருடன் பழகிய சம்பவங்கள் ஞாபகத்துக்கு வரும். உடனே, அவர்தான் இவர் என்று உறுதி செய்துகொள்வோம்.

மேற்கூறிய சம்பவம் ஒரு சாதாரணமான ஒன்றுதான். இது சரியாக நடைபெற, மனத்தில் கீழ்க்கண்ட இயக்கங்கள் நடைபெற வேண்டும்.

1. நினைவு

நம் கடந்தகால நினைவுகள் யாவும் சேர்த்து வைக்கப்படும் 'ஸ்டோர் ரூம்' போல் செயல்படும் இடத்தை நினைவு அல்லது சித்தம் என்கிறோம். இதில்தான் நம் எண்ணங்கள் பதியத் தொடங்குகின்றன. அவை நல்லதோ, கெட்டதோ. தோன்று பவை எல்லாம் இங்கு பாதுகாக்கப்படுகின்றன. இதன் மொத்த உருவம்தான் ஒருவரது ஆளுமையைத் தீர்மானிக்கும். இதை ஆழ்மனம் என்றும் சொல்வார்கள்.

2. ஆழ்ந்து ஆராய்தல்

நம் முன்னால் வைக்கப்பட்டிருக்கும் பல விஷயங்களையும் ஆராய்ந்து முடிவெடுக்கும் தன்மை மனத்துக்கு உண்டு. கற்பனை செய்தல், ஒன்றை உருவாக்குதல் போன்றவை மனத்தின் செயல்களாகும்.

3. முடிவு எடுக்கும் திறன்

ஒரு பிரச்னைக்கு முடிவு எடுப்பதற்கோ, தீர்ப்பு சொல்வதற்கோ அடித்தளமாக இருப்பது 'புத்தி'. எது சரி, எது தவறு என்று தீர்மானிக்க புத்தியால் முடியும். எது உண்மை எது பொய், எதைச் செய்யலாம், எது கூடாது என்று புத்தியே அறிவுறுத்துகிறது. ஒருவரின் தன்னம்பிக்கைக்கு ஆதாரமாக இருப்பது புத்திதான்.

4. 'நான்' விழிப்புநிலை

ஒருவரது இயக்கத்தில் சாதாரணமாக, நான் சாப்பிடுகிறேன், நான் பார்க்கிறேன், நான் நினைக்கிறேன், நான் கேட்கிறேன் என்று குறிப்பிடுவது உண்டு. இப்படி ஒவ்வொருவரும் தன்னைத் தானே அடையாளம் கண்டு கொண்டிருக்கும் வரை பிரச்னை எதுவும் இல்லை. எப்போது ஒருவருக்கு 'நான்' என்பது மறந்துபோய்,

அதனால் நினைவிழப்பு, நடவடிக்கைக் கோளாறுகளில் சிக்கிக் கொள்கிறாரோ அப்போதுதான் பிரச்னைகள் ஆரம்பிக்கின்றன.

சுவாமி விவேகானந்தர், ஒருவருடைய ஆளுமையை ஐந்து வகை பரிமாணங்களாகப் பிரித்து விளக்குகிறார். அவை:

1. உடல் பரிமாணம் (Physical Dimension):

இதில், நம் உடலும் புலன் உறுப்புகளும் அடங்கும்.

2. சக்திப் பரிமாணம் (Energy Dimension):

உணவு ஜீரணித்தல், ரத்த ஓட்டம், மூச்சு சீராக வெளியிடப்படுதல் ஆகியவை இதில் அடங்கும்.

3. மனப் பரிமாணம்:

மனத்தின் எண்ணங்கள், உணர்வுகள் ஆகியவை இதில் அடங்கும்.

4. அறிவுத் திறன் பரிமாணம்:

ஒருவரின் நடவடிக்கையை தீர்மானிப்பதும் அவரது ஆளுமையை நிர்ணயிப்பதும் அறிவுத் திறன் ஆகும்.

5. ஆனந்தப் பரிமாணம்:

இது, ஆழ்ந்த தூக்கத்தில் உணரப்படும் ஆனந்த நிலையாகும்.

மேற்கூறிய ஒவ்வொரு பரிமாணமும் ஒழுங்காக இயங்கும்போது, அடுத்தடுத்த பரிமாணங்களின் ஒழுங்கான இயக்கத்துக்கு வழிவகுக்கிறது.

விவேகானந்தர் கூற்றுப்படி, மனம் என்பது எண்ணங்கள், உணர்வுகள் அவற்றின் விளைவான நடவடிக்கைகளின் கலவையே ஆகும்.

ஞாபக மறதி நோய் ஒருவருக்கு ஏற்படும்போது முதலில் அவரது ஆளுமையில் மாறுபாடு தோன்ற ஆரம்பிக்கிறது. நடவடிக்கை மாறுகிறது. நினைவுத் திறன் குறைய ஆரம்பிக்கிறது. இவ்வாறு மனத்தின் மூன்று கலவைகளும் பழுதுபட்டு ஆளுமை (Personality) மாறுபடுகிறது. அதனால், அவரது மனத்தின் சக்தியும் குறைகிறது. கடைசியாக உடல் இயக்கமும் குறைய ஆரம்பிக்கிறது. சுருக்கமாகச் சொன்னால் அறிவுத்திறன், மனசு, உடல் இயக்கம் எல்லாம் படிப்படியாகக் குறைந்துவிடுகின்றன. ஒருவருக்கு மனத்திறன் குறையும் போது இறுதியில்

எண்ணங்களும் ரப்பரால் அழிக்கப்பட்ட பென்சில் எழுத்துப் போல் அழிந்து, அந்த நபர் ஒரு சுத்தமான வெள்ளைக் காகிதமாக மாறும் வாய்ப்பு உள்ளது.

அது எப்படி எண்ணங்கள் நம்மை ஆள்கின்றன? அது என்ன நம் கூடப் பிறந்ததா என்ன? அவற்றையும் பார்ப்போம்.

பிறந்த புத்தம்புதுக் குழந்தையின் மனம் ஒரு தூய வெள்ளைத் தாளாகத்தான் இருக்கும். ஒவ்வொருவரின் வாழ்க்கையும் சுத்தமான காகிதமாக ஆரம்பிக்கிறது. வாழ்க்கையில் சந்திப்பவர் களும், கடந்து செல்பவர்களும் தங்கள் பதிவுகளை அதில் விட்டுச் செல்கிறார்கள். அவைதான் நிரந்தரமாக ஒட்டிக்கொண்டு நம்மை ஆட்டுவிக்கின்றன. ஞாபக மறதி நோய் ஏற்படும்போது இவை அழியத் தொடங்குகின்றன. திரும்பவும் பழைய நிலைக்கேக்கீன் ஷீட்டாக மாற ஆரம்பிக்கிறது. அவரது நினைவை அவர்கள் அறிவதில்லை அல்லது வெளிப்படுத்துவதில்லை.

சாதாரணமாக ஒரு பொருளை எடுக்க நினைத்தாலே மூளையில் எட்டு இடங்கள் தூண்டப்படுவதாக அறிவியல் சொல்கிறது.

நம் நினைவிலிருந்து விழிப்புநிலை வந்து அதை வெளிப் படுத்தினால்தான் அவர் சாதாரணமாக இயங்க முடியும். நினைவே அழிந்துவிட்ட நிலையில் இது எப்படி நடக்க முடியும்?

ஒரு பொருளைப் பார்க்கிறோம். அது நம் மனத்துக்குப் பிடித்திருந்தால் அது பிம்பமாக படிந்துவிடுகிறது. அந்த பிம்பமும் அதனைப் பற்றிய எண்ணமும் கூடியவுடன் ஆசையை உருவாக்கிவிடுகிறது என்கிறார் ஜே.கே. என்று அழைக்கப்படும் ஜே. கிருஷ்ணமூர்த்தி. நினைவாற்றலில் ஞாபக சக்தி மட்டுமல்ல. இதுபோன்ற விருப்பம், அதனைப் பற்றிய சிந்தனை என்று நீண்டுகொண்டே போகும்.

பார்ப்பவற்றில் இருந்து மட்டும் எண்ணங்கள் உருவாகி நம்மை ஆக்கிரமிக்கின்றன என்பது தவறு. நினைப்பே சிலரை ஆக்கிரமித்துவிடும். அதற்கு மிகச் சிறந்த உதாரணம், ஸூடோ கர்ப்பம் (Pseudo Pregnancy) என்று சொல்லப்படும் 'பொய்க் கர்ப்பம்'. பிள்ளைப் பேறு அடையாத ஒரு பெண், பிள்ளை பெற்ற இன்னொரு பெண்ணைப் பார்த்து ஏக்கமடையும்போது, திடீரெனத் தானும் கர்ப்பமடைந்திருப்பதாக எண்ண ஆரம்பிக்கிறாள். இது மட்டுமல்ல. அவள் எண்ணம் வலுக்க வலுக்க ஒரு கர்ப்பிணிக்கு இயற்கையாக ஏற்படும் மாற்றங்கள்

போல் அவள் உடலிலும் ஏற்படத் தொடங்குகின்றன. ஆம். நினைத்துக் கொண்டவளின் உடலில் ஹார்மோன் மாற்றங்கள் ஏற்படத் தொடங்குகிறது. மார்பகக் காம்புகள் விரிவடை கின்றன. வயிறும் பெருக்க ஆரம்பிக்கிறது. வயிற்றுக்கு உள்ளே குழந்தை வளர்ந்து வருவதாக அவளும் பிறரும் எண்ணிக் கொண்டிருப்பார்கள். ஆனால், அது நீராகவும் சில சமயம் கட்டியாகவும்தான் இருக்க வாய்ப்பு உண்டு.

இவ்வாறு, மனத்தின் ஆசையே (எண்ணமே) கிட்டத்தட்ட உண்மை நிலையைத் தோற்றுவித்து கடைசியில் கானல் நீராகப் போவதுண்டு. வெறும் எண்ணங்களால் உடலில் இத்தகைய மாற்றங்கள் ஏற்படுகிறது என்றால், எண்ணங்கள் நம்மை ஆள்கின்றன என்றுதானே அர்த்தம். உடல் என்ற மாணவன், மனம் எனும் ஆசிரியர் சொல்படியெல்லாம் நடக்கிறான் என்றுதானே பொருள்.

பெரியவர்களிடம் ஆசி பெறும்போது, 'எண்ணம்போல் வாழ்க' என்று வாழ்த்துவது உண்டு. நல்ல எண்ணங்கள் இருந்தால், நம் மனமும் அதன் வழி சென்று நல்ல செயலில் முடியும் என்பதே அதன் பொருள்.

உடலின் ஒவ்வொரு செல்லுக்கும் மனசு உண்டு என்று சில வல்லுநர்கள் கூறுகிறார்கள். வாழ்க்கை என்றால் என்ன? என்ற கேள்விக்கு எப்படி விளக்கம் கொடுக்க முடியாதோ, அதுபோல், மனசு என்றால் என்ன? என்ற கேள்விக்கும் இதுதான் என்று சொல்லக்கூடிய பதில் இன்றுவரை இல்லை.

நினைவுகளின் வலைப் பின்னலே மனம். அதில் தோன்றும் முதல் எண்ணம் 'நான்' என்பதே ஆகும். ஒரு குழந்தையின் நடவடிக்கையைக் கூர்ந்து கவனித்தால், ஓர் உண்மை தெரியும். பேச ஆரம்பிக்கும்போது மழலையில் தன் பெயரைச் சொல்லி உதாரணத்துக்கு, அஜய்க்கு சாக்லேட் வேணும், அஜய்க்கு பொம்மை வேணும் என்று கேட்டுக் கொண்டிருக்கும். ஒன்றரை வயதில் எனக்கு என்று கேட்க ஆரம்பித்துவிடும். நான், எனது என்று தெரியத் தொடங்குவது அப்போதுதான்.

மனது என்பதை, மூளையின் ஒரு இயக்கம் என்று எடுத்துக் கொள்ளும்போது, அங்கே மிக முக்கியத்துவம் வாய்ந்த நிகழ்வு ஒன்று நடைபெறுவதாக மிகப்பெரிய வல்லுநர் ஒருவர் கூறுகிறார். அதாவது, ஒவ்வோர் ஆண்டும் நம் உடலில் உள்ள

அனைத்து நியூரான்களும் (மின் கடத்திகளும்) தனது பொட்டாசியம், குளோரைடு போன்ற ரசாயனப் பொருள்களைப் புதுப்பித்துக்கொள்கிறதாம். அதனால், நாம் ஒவ்வோர் ஆண்டும் புதிதாகப் பிறக்கிறோம் என்றுகூட சொல்லிக்கொள்ளலாம்.

சரி. இந்த எண்ணங்கள் எப்படி தோன்றுகின்றன? இரண்டு விதமான எண்ணங்கள்தான் மனத்தில் தோன்றுகிறது என்று சொல்கிறார்கள். ஒன்று பிரவாகமாக வருவது (Spontaneous). மற்றொன்று உருவாக்கப்படுவது (Creative Thought). இதற்குத் தான் சிந்தித்துச் செயல்பட வேண்டும். சரி, முதலாவது எப்படி வருகிறது? அதுதான் பூர்வஜென்ம வாசனை என்கின்றனர். இது, விஞ்ஞானபூர்வமாக அறுதியிட்டுக் கூறப்படவில்லை.

ஆக, மனம் என்றால் என்ன என்ற கேள்விக்கான பதிலை இன்னும் தேடிக்கொண்டுதான் இருக்கிறோம்.

மனம் என்னும் மாயக் கண்ணாடி

'ஏய், நீ உன் மனசுல என்ன நினைச்சுட்டு இருக்க?' - இது சாதாரணமாக எல்லோராலும் கேட்கப்படும் ஒரு கேள்வி. அதேபோல், ஒருவர், தன் நெஞ்சில் கை வைத்துக்கொண்டு, 'எனக்கு மனசே கேக்கல' என்று கூறுவதும் இயல்பு.

சரி. இந்த மனசு நம் உடலில் எங்கே இருக்கிறது. முதலில் மனசுன்னு ஒண்ணு இருக்கா? இவர்கள் சொல்வதுபோல் மனசு என்பது நெஞ்சோடு (இதயம்) சம்பந்தப்பட்டதா? அதற்கு உருவம் உண்டா? - இதுபோன்ற பல்வேறு கேள்விகளும் சந்தேகங்களும் இன்று நேற்றல்ல, மனிதன் தோன்றிய காலம் முதலே எல்லோர் மனத்திலும் நிறைந்துள்ளன. மனம் என்பதற்கு அறிவியல் மற்றும் மருத்துவ வல்லுநர்கள் என்ன சொல்கிறார்கள். பார்க்கலாம்.

மனம் என்பது சிந்தனை, உணர்ச்சி மற்றும் கற்பனை போன்ற எண்ணங்களால் வெளிப்படும் அறிவு (Intellect) மற்றும் உணர்வு நிலைகளின் (Consciousness) தொகுப்பு. சுருங்கச் சொன்னால், மனம் என்பது உணர்வு, எண்ணம் மற்றும் அறிவுத்திறன் ஆகிய மூன்றின் செயல்பாட்டின் கலவையாக இருக்கலாம் என்கிறார்கள் அவர்கள்.

மனம், கனவு காணும். பாதி நேரம் கனவில்தான் வாழும். மனத்தை லேசாக வைத்துக்கொள்ள வேண்டும். தேவையில்லாத மனச்சுமை, நம் நிம்மதியை இழக்கச் செய்துவிடும். மனம், புத்தி, உடல் மூன்றும் ஒன்றோடு ஒன்று தொடர்புடையவை. கணக்குப்

போடுவது புத்தி. கனவு காண்பது மனம். மனம் ஜடம்தான். எண்ணங்களைத் தவிர்த்துவிட்டால் மனம் என்ற ஒன்று தனியாக இருப்பதில்லை. மனம் ஏதாவது ஒரு விஷயத்தைப் பிடித்துக் கொண்டிருக்குமே தவிர, தனியாக நிற்காது.

உதாரணமாக, ஒரு சிலந்தியை நம் மனம் என்று வைத்துக் கொண்டால், அதன் வலைதான் (இழைகள்) நம் எண்ணங்கள். வலை இல்லாமல் எப்படி சிலந்தி இல்லையோ அல்லது இருக்க முடியாதோ அப்படித்தான் எண்ணங்கள் இல்லாமல் மனம் கிடையாது. இருக்கவும் முடியாது.

சிலந்தி உயிரோடு இருக்கும்வரை அதன் வலையும் இருக்கும். அதுபோல், நாம் (மனம்) இருக்கும்வரை எண்ணங்களும், நினைவுகளும் முற்றிலுமாக நம்மைவிட்டு அழிந்துவிடுவதில்லை.

மனத்துக்கு உடலுக்கும் சம்பந்தம் உண்டு. மனம் ஒருமுகப் பட்ட ஒருவரால், ஆடாமல் அசையாமல் ஒரே நிலையில் பல மணி நேரம் உட்கார முடியும். மனத்தின் மற்றொரு செயல் பாடுதான் புத்தி. நாம் இந்த மனத்தை எங்கிருந்து பெற்றோம்?

பிறந்ததில் இருந்து, நம் சுற்றுப்புறம் நம் மீது வீசி எறிந்த கருத்துகள், நாம் படித்தது, கேட்டது, பார்த்தது, நமக்குக் கிடைத்த அனுபவங்கள், சமூகத்தால் சுமத்தப்பட்ட எண்ணங்கள் எல்லாம் சேர்ந்த குப்பைத் தொட்டிதான் மனம். தேவையில்லா விஷயங்களை சுமந்து திரிவதா அல்லது தூக்கி எறிந்துவிட்டு நிம்மதியாக இருப்பதா? - அது நம் கையில்தான் இருக்கிறது.

மனம்தான் சொர்க்கத்தின் திறவுகோல், அதுதான் அனுபவங் களின் ஆசான். நமக்குள் எண்ணங்கள் ஏதும் இல்லாமல் வெறுமை யாக இருந்தால், காலத்தைக் கடந்துவிடலாம். காலத்தைக் கடந்தவன் மனத்தை வெல்கிறான். ஆனால், சதாசர்வகாலமும் மனம் எதையாவது யோசித்துக்கொண்டே இருக்கும். தறிகெட்டு ஓடிக்கொண்டிருக்கும்.

உடல், மனம் இரண்டும் ஆன்மாவின் கருவிகள். நம் மனத்துக்கு ஓய்வு தேவை. உடலின் ஓய்வு தூக்கம். ஆனால், மனம் அப்போதும் தொடர்ந்து செயல்படுகிறது. அதுவே கனவு. ஆழ்ந்த நிலையில் ஓய்வு எடுக்கும். அது ஆழ்ந்த தூக்கம். அப்போதும், நம்மில் யாரோ ஒருவர் விழித்திருந்து நாம் ஆழ்ந்து தூங்குவதைக் கவனிக்கிறார். அதைவிட, விழித்ததும் 'நல்லா தூங்கினேன்' என்று சொல்கிறோம்.

ஆழ்ந்த தூக்கத்தில், கனவில், விழிப்பு நிலையில் சரி, ஒருவர் விழித்திருப்பதால்தான் அனைத்தையும் நாம் உணர முடிகிறது. அந்த ஒருவரே ஆன்மா. மனமும் ஆன்மாவும் நெருக்கமான தொடர்புடையவை.

நீர் ஓடும்போது திரவம். பனியாகும்போது திடம். ஆவியாகும் போது நீராவி. நிலைகள்தான் வேறு. ஆனால், தன்மை ஒன்றுதான். அதுபோல், மனிதனுக்கு மனம் ஒன்றுதான். மனம் ஏன் தெளிவில்லாமல் இருக்கிறது? கோபம், படபடப்பு, வருத்தம், மகிழ்ச்சி போன்ற உணர்ச்சிகள் அதை பிடித்துக் கொள்வ தால்தான். முறையான யோகம் மற்றும் தியானம், நம் சக்தியை சிந்தாமல் சிதறாமல் உள்ளே முழு அமைதியுடனும் வெளியே சுறுசுறுப்பாகவும் இருக்கச் செய்யும்.

அடுத்து வரவிருக்கும் அத்தியாயங்களில், மனத்தில் ஏற்படும் பிரச்னைகளை அறிவியல்பூர்வமாக அறிந்துகொள்ளலாம்.

5

புலன்கள், ஐந்துக்கும் மேலா?

'அழகு கண்ணில் தெரியும்
அறிவு பேச்சில் தெரியும்
பண்பு நடத்தையில் தெரியும்
ஆணவம் எல்லாவற்றிலும் தெரியும்'

நம் எல்லோருக்கும் கை, வாய், கண், செவி, மூக்கு என்ற ஐந்து புலனுறுப்புகள் உள்ளன என்பது தெரியும். மேலும், இவை ஐம்புலன்கள் என்று அழைக்கப்படுவதும் தெரியும். தற்போதைய கண்டுபிடிப்புகளின்படி, புலனுறுப்புகள் பற்றி நிபுணர்களின் கருத்து என்ன தெரியுமா? முப்பதுக்கும் மேற்பட்ட புலனுறுப்புகள் இருக்கின்றன என்று சொல்கிறார்கள். அவர்கள் கொடுக்கும் பட்டியல் இதோ.

1. மூக்கின் வழியே பல்வேறு வாசனைகளை மட்டுமின்றி ஒருவரின் நோக்கம், அவரது பகைமை உணர்வு, காம உணர்வு மற்றும் ஈகை உணர்வு போன்றவற்றைத் தெரிந்து கொள்ளலாம்.

2. காது மற்றும் அதைச் சார்ந்த பகுதி வழியே சுற்றுப்புறத்தில் ஏற்படும் அழுத்தத்தை அறிய முடிகிறது. மேலும், அழுத்தத்

துக்கும் மின்காந்த அலைகளுக்கும் உள்ள வித்தியாசத்தையும் கண்டுபிடித்துவிடலாம்.

3. நம் உடலுக்கு எந்த வானிலை ஏற்புடையது, எது வேண்டாதது என்பதைப் பல மைல் தூரம் தள்ளியிருந்தாலும் வியக்கத்தக்க வகையில் நம் தோல் கண்டுபிடித்துவிடும். மேலும், நாம் தூங்கிக் கொண்டிருக்கும்போதுகூட நம்மைச் சுற்றி நடக்கும் அசைவுகளையும் அது உணர்த்தக்கூடியது.

4. நம் உடல் முழுவதும் பரவியுள்ள புலனுறுப்புகளின் மூலம் நீர்மத்தின் அளவையும், அசைவையும் அறிய முடியும். கண்ணால் பார்த்துத்தான் தெரிந்துகொள்ள வேண்டும் என்ற அவசியமில்லை. உதாரணத்துக்கு, ஒருவரை கண்ணைக் கட்டி ஆற்றில் இறக்கிவிட்டால், உடலின் எந்தப் பகுதிவரை நீரின் ஆழம் இருக்கிறது என்பதை அவரால் அறிய முடியும்.

5. தோலின் வழியே பிற உயிரினங்களின் மனத்தை அறியலாம்.

6. உள்ளுணர்வின் வழியே சத்தத்தின் தொனி, தூரத்தில் நிலவும் வெப்பம் பற்றிய அறிவு, அதிர்வலைகள் போன்றவற்றை உணரலாம்.

மேலும், அணுத் துகள்களைச் சார்ந்த அறிவையும் பெறமுடியும். அணுவை உள்நோக்கும் எலக்ட்ரான் மைக்ராஸ்கோப் என்ற நுண்ணோக்கிக் கருவி கண்டுபிடிக்கப்படுவதற்கு 30 ஆண்டுகளுக்கு முன்பே, C.W. லீட்பீட்டர் என்ற விஞ்ஞானி, அணுக்களைப் பற்றி விவரித்திருக்கிறார். அதற்கும் பல ஆண்டுகளுக்கு முன்பே நம் நாட்டைச் சேர்ந்த ஞானிகள், அணுக்கள் பற்றி குறிப்புகளை எழுதி வைத்துள்ளனர்.

7. புலனுணர்வு மூலம் புவி ஈர்ப்பு விசையை அறிய முடியும்.

8. மின்காந்த அலைகள், ரசாயன, இயக்க ஆற்றல்களால் திடீரென மனம் தூண்டப்படும்.

9. நரம்புகளின் வழியே, உடல் அசைவின் மூலம் ஒருவர் தெரிவிக்கும் செய்தியை உணரவும், புரிந்துகொள்ளவும் முடிகிறது.

10. தவறான நோக்கத்துடன் வரும் ஒருவரைக் கண்டவுடன் புலனுறுப்புகளால் அலாரம் அடிக்கச்செய்ய முடியும்.

11. மொழியற்ற எண்ண அலைகளைப் பதிவு செய்துகொள்ள முடியும்.

12. சூரிய, சந்திர இயக்கங்களை முன்கூட்டியே அறிய முடிகிறது.

13. சூரிய, சந்திரனில் தெளிவின்மை, பௌர்ணமி நாளில் கடலில் ஏற்படும் சீற்றம், நில அதிர்வு, நிலநடுக்கம் ஆகியவற்றை உள்ளுணர்வின் மூலம் அறிய முடியும். இவற்றை, மனிதன் மட்டுமின்றி பசு, நாய், பூனை, பாம்பு போன்ற உயிரினங்கள் எளிதில் உணரும்.

14. கண்ணுக்குப் புலப்படாத அலைகளின் இயக்கங்களை உணர முடியும்.

15. காந்தப் பகுதியை உணர முடிகிறது.

16. சிவப்பணுக் கதிர்களை உணர முடிகிறது.

17. மின் சக்தியை உணர முடிகிறது.

இப்படி, எத்தனையோ சொல்லிக்கொண்டே போகலாம் என்கின்றனர் விஞ்ஞானிகள்.

மொத்தத்தில், புலன்களை ஐந்து என்று சுருக்கிவிடாமல், உடல் முழுக்க புலனுறுப்புகள் இருப்பதாகக் கூறுகின்றனர். அது அவ்வப்போது சமிக்ஞைகள் மூலம் மனத்துக்கு உணர்த்திக் கொண்டே இருப்பதால்தான் பாலுணர்வு, பயம், அன்பு, காதல், புகழ், அபாயம், பிறரின் வலி, பிறரின் நோக்கம் முதலான பல்வேறு உணர்ச்சிகளை நாம் புரிந்துகொள்கிறோம்.

இன்னும் புலன்களைப் பற்றிய ஆராய்ச்சி தொடர்ந்து கொண்டே தான் இருக்கிறது.

6

நினைவாற்றல் வகைகள்

'எண்ணங்களின் முடிவில் மனதின் மரணம்
மனதின் ஆரம்பம் ''நான்'' என்கின்ற அகங்காரம்'

நினைவாற்றல் என்பது ஓர் அற்புதமான திறனாகும். புலன்களின் மூலமாகப் பெறப்படும் செய்திகள் நம் மூளைக்குச் சென்றடையும் போது, அவை தாற்காலிகமான நினைவு களாகச் சேமித்து வைக்கப்படுகின்றன. இதைத்தான் 'புலன் உணர்வு நினைவு' (Sensory Memory) என்கிறோம். இவற்றில் சில நமக்குப் பிடிக்கும். சில பிடிக்காது. உதாரணத்துக்கு, காதலி கொடுத்த முத்தம் ஒருவருக்குப் பிடித்த நினைவாக சேமித்து வைக்கப்படும். அவள் கன்னத்தில் கொடுத்த அறை பிடிக்காத நினைவாக இருக்கும்.

இவற்றில், எதை நாம் அவ்வப்போது நினைத்துப் பார்க்கிறோமோ அவை குறுகிய கால நினைவாக இருக்கிறது (Short Term Memory). எவற்றை, அடிக்கடி அசை போடத் தொடங்குகிறோமோ, அவை நீண்டகால

நினைவாக (Long Term Memory) மாறுகின்றன. இந்த நீண்டகால நினைவுகளும்கூட, அதிகம் உபயோகப்படுத்தப்படாமல் இருக்கும்போது அவை கொஞ்சம் கொஞ்சமாக அழிந்து, மறதிக்கு வழிவகுத்துவிடும்.

நம் வாழ்வில் தினப்படி நடக்கும் பல்வேறு விஷயங்களைக் கடந்தகாலம், நிகழ்காலம், எதிர்காலம் என்று ஒரு வரை யறைக்குள் உட்படுத்தியிருக்கிறோம். யார், எப்போது, எதற்கு இப்படி வரையறுத்தது? அதற்கு முன் நினைவாற்றலின் வகைகளைப் பார்த்துவிடலாம்.

நினைவாற்றலின் வகைகள்

1. மீட்டுக் கொணர் நினைவாற்றல்

நினைவில் பதிந்த பல்வேறு செய்திகளை நமக்குத் தேவைப் படும்போது மீண்டும் நினைவுபடுத்தும் ஆற்றல்.

2. தானியங்கி நினைவாற்றல்

அதிவேகமாக நினைத்துச் செயல்படுத்தும் ஆற்றலை இவ்வகை யில் சேர்க்கலாம். உதாரணத்துக்கு, ஒரு அரசியல்வாதி மேடையில் பேச ஆரம்பித்தாரென்றால், பிரவாகமாக வெளிவரும் பேச்சு.

3. அனுபவம் சார் நினைவாற்றல்

நம் வாழ்வில் நடக்கும் நிகழ்ச்சிகளைத் தேவைப்படும்போது இழுத்து வைத்து அசைபோடுதல். உதாரணமாக, தாத்தாவோ பாட்டியோ பேரக் குழந்தைகளிடம், 'அந்த காலத்துல நாங்க...' என ஆரம்பித்துக் கூறும் அனுபவங்கள்.

4. முறைப்படுத்தல் நினைவாற்றல்

படிப்படியாக ஒரு செயலைச் செய்வதற்கு உதவும் நினை வாற்றல். உதாரணத்துக்கு, ஒரு பெரிய கோலத்தை ஒரு புள்ளியிலிருந்து ஆரம்பித்து முடித்தல்.

5. இயக்க நினைவாற்றல்

ஒரு செயலைச் செய்ய எவ்வாறு நம் உடல் உறுப்புகளைப் (தசைகளை) பயன்படுத்துகிறோம் என்பது இவ்வகை நினைவாற்றல். உதாரணத்துக்கு, கார் ஓட்டுதல்.

6. அறிவுசார் நினைவாற்றல்

கற்றுக்கொள்ளும் அறிவுசார் செய்திகளை நினைவில் நிறுத்தி, தேவைப்படும்போது உபயோகப்படுத்துதல். உதாரணத்துக்கு, வானவில்லின் நிறங்கள் ஏழு என்று சிறு வயதில் படித்ததைப் பல ஆண்டுகளுக்குப் பிறகும் நினைவுபடுத்திக் கூறுவது.

7. செயல் நினைவாற்றல்

ஒரு செயலைச் செய்யும்போது அதற்குத் தேவையான, அதோடு செய்ய வேண்டியவற்றை நினைவில் வைத்து அச்செயலைச் செய்து முடித்தல். உதாரணத்துக்கு, குடும்பத் தலைவி காய்கறி மார்க்கெட் போகும் வழியிலேயே பேங்க் வேலையையும் முடித்தல்.

8. பார்வை சார் நினைவாற்றல்

பார்ப்பவற்றை நினைவில் வைத்துக்கொள்ளுதல். உதாரணத் துக்கு, வியாழக்கிழமை ஒளிபரப்பாகும் டிவி சீரியலில் ஹீரோ இவர்தான் என்று ஒருங்கிணைத்துக் கூறுதல்.

9. கேள்விசார் நினைவாற்றல்

கேட்டவற்றை நினைவில் தக்கவைத்துக்கொள்ளுதல். உதாரணத்துக்கு, ஒரு புது இடத்துக்கு நண்பர் சொன்ன அடையாளத்தை மனத்தில் வைத்துச் சென்றடைதல்.

10. தொடர் நினைவாற்றல்

பார்த்த, படித்த, கேட்டவற்றை வரிசைப்படுத்தி நினைவில் கொள்ளுதல். உதாரணத்துக்கு, ஒரு சினிமாவைப் பார்த்துவிட்டு வந்து காட்சி மாறாமல் நண்பர்களுக்குச் சொல்லுதல்.

11. கண்டுணர் நினைவாற்றல்

எது சரியானது என்று கண்டுபிடிக்கும் திறன். உதாரணத்துக்கு, கொடுக்கப்பட்ட விடைகளில் இருந்து சரியான விடையைத் தேர்ந்தெடுத்து எழுதுதல்.

12. நிழற்பட நினைவாற்றல்

பார்த்தவற்றை அப்படியே நினைவில் நிறுத்திக்கொள்ளுதல். என்றோ பார்த்த ஒரு போட்டோவை நினைவில் வைத்து, அதனை வேறு ஓர் இடத்தில் பார்த்தாலும் அடையாளம் காணுதல்.

13. குறியீட்டு நினைவாற்றல்

குறியீடுகளைப் பார்த்து அவற்றை நினைவில் கொள்ளுதல். உதாரணத்துக்கு, உலகின் பல்வேறு நாடுகளின் தேசியக் கொடியின் குறியீடுகளை வைத்து இனங்காணுதல்.

14. பொருளடக்கம் சார் நினைவாற்றல்

படிக்கும் செய்திகள், பார்க்கும் படங்கள், போட்டுப் பயின்ற கணக்குகள் ஆகியவற்றை நினைவில் வைத்துக் கொள்ளுதல்.

இப்படி பலவகைப்பட்ட நினைவாற்றல்கள், மூளையில் எப்படி இருக்க வேண்டும்? பார்க்கலாம் வாருங்கள்.

நினைத்தல், நிச்சயித்தல் இரண்டும் மனத்தின் கண்கள் போன்றவை. இந்த நினைவில்,

1. தொடர்ச்சி இருக்க வேண்டும்.

2. பகுத்துணர வேண்டும்.

3. ஐம்புலன்களை ஒருங்கிணைக்க வேண்டும்.

4. பிரதிபலிக்க வேண்டும்.

5. தன்னிச்சையாகச் செயல்பட வேண்டும்.

இவ்வாறு மேற்கூறிய படிகள் அனைத்தும் முறையாக நடந்தால் மட்டுமே எண்ணம் உணரப்படும்.

உதாரணத்துக்கு, ஒரு ஹோட்டலுக்குச் செல்கிறோம். ஆர்டர் செய்துவிட்டு, நல்ல பசியுடன் காத்திருக்கிறோம். நமக்கு முன்னே ஆர்டர் செய்தவருக்கு சர்வர் பதார்த்தங்களைக் கொண்டு சென்று கொண்டிருப்பார்.

அவர் நம்மைக் கடந்து செல்லும்போது, நமக்கும் அடுத்து கொண்டு வருவார் என்று நினைத்துக்கொள்வோம். கண்ணில் படும் பதார்த்தங்களின் வாசனையை முகர்வோம். நாவில் நீர் ஊறும். சுவைத்துணரக் காத்திருப்போம். உணவு வந்தபின் ருசித்து, வேண்டுமானால் அடுத்து ஆர்டர் செய்வோம். முடிவில் கிளம்பும் போது, அவருக்கு டிப்ஸ் வைப்போம். இங்கு தன்னிச்சையாக நமக்குத் தோன்றியதைச் செய்வோம்.

ஒரு ஹோட்டலுக்குச் சென்று ஆர்டர் செய்து சாப்பிடுவது என்பது மிகச் சாதாரணமான விஷயம்தான். இது இயல்பாக நடைபெற என்னென்ன நடக்க வேண்டும் பார்த்தீர்களா?

இப்படித்தான், நம்முடைய ஒவ்வோர் எண்ணங்களுக்கும் விளைவான அதன் செயல்களுக்கும், மூளையில் பல்வேறு மாற்றங்களும் நடவடிக்கைகளும் நடைபெறுகின்றன. சரி. இத்தனையும் நடைபெறக்கூடிய மூளை எல்லோருக்கும் ஒன்று போல்தான் இருக்குமா? இம்மாதிரி எண்ணங்கள் மனிதனுக்கு மட்டும்தானா? என்று கேட்டால், ஆம் என்பதுதான் பதில். இந்த உலகில் உள்ள அனைத்து ஜீவராசிகளுக்கும் எண்ணங்கள் உண்டு. மனிதனைத் தவிர மற்றவற்றுக்கு உணர்ச்சிகளே எண்ணம். எடுத்துக்காட்டு - தொட்டால் சுருங்கி இலைகள்.

7

மூளையும் இசையும்

'சங்கீதம் இசைக் கருவிகளினால் வருவதில்லை
வித்வான்கள் மூலம் இறைவனால் வருகிறது'

வீட்டுக்குள் நுழையும்போது, வழக்கம்போல,
ரோஹன் ஓடி வந்து காலைக் கட்டிக்
கொண்டான். 'ஐ...அப்பா வந்தாச்சு' என்றபடி
ராகவியும் ஓடி வந்தாள்.

'அடடா... என்ன இப்படி மேல வந்து
விழுறீங்களே! கொஞ்சம் இருங்களேன். மனுஷன்
ஆஞ்சு ஒஞ்சு வந்துருக்கேன். கொஞ்சம் மூச்சு
விட்டுக்கறேனே! எல்லாரும் மேல வந்து
விழாதீங்க' சலித்துக் கொண்டான் சங்கர்.

'என்னாச்சு உங்களுக்கு? ஏன் கொழந்தைகள
இப்படி சலிச்சுக்கிறீங்க?' காபியைக் கொண்டு
கொடுத்த ஸ்வேதா கேட்டாள்.

'இன்னைக்கு ஆபீஸ்ல காலைலருந்து ஒரே
பிரச்னை. ஒரு முக்கியமான கஸ்டமர் எங்களுக்குக்
குடுத்த ஆர்டரை கேன்ஸல் பண்ணிட்டாரு.
மேனேஜர் என்னைய உண்டு இல்லனு
பண்ணிட்டாரு. ஒரே டென்ஷன். ஒரே தலை
வலி' என்ற படி காலி டம்ளரை நீட்டினான்.

'அப்பிடியா? சரி... நீங்க குளிச்சுட்டு வாங்க. அப்புறம் பேசிக்கலாம்' ஸ்வேதா குழந்தைகளைக் கூட்டிக்கொண்டு உள்ளே சென்றாள்.

குளித்து விட்டு வந்தவன், ரிமோட்டைக் கையில் எடுத்துக் கொண்டு உட்கார்ந்தான்.

அவனுக்குப் பிடித்த இசை அமைப்பாளரின் பாடல்கள் ஒலி பரப்பாகிக் கொண்டிருந்தது. அரை மணி கேட்டான். அவ்வப் போது, சேர்ந்தும் சத்தமாகப் பாடினான்.

'என்னங்க டிபன் சூடா இருக்கு. சாப்பிட வரீங்களா?' கூப்பிட்டாள் ஸ்வேதா.

'குழந்தைங்க சாப்பிட்டாச்சா?' என்று வந்தவனின் முகம் மலர்ந்திருந்தது. ரோஹன் குட்டிக்கு நாளைக்கு ஹேர் கட் பண்ணனும் என்று அள்ளி அணைத்தான் அவனை.

அரை மணிக்கு முன்னால் இருந்த சங்கருக்கும் இந்த சங்கருக்கும் நிறைய வித்தியாசம் இருந்தது.

●

சமீப காலமாக மூளையின் நரம்பியலில் இசை குறித்த ஆய்வுகள் பல வியத்தகு விஷயங்களை வெளியிட்டுள்ளன. இதன் மூலம் உலகமெங்கும் வியாபித்துள்ள நம்மைச் சுற்றியுள்ள ஒவ்வொன்றிலும் உள்ள நாதமே நம்மை ஆள்கிறது என்ற முடிவுக்கு வந்துள்ளனர்.

இப்பிரபஞ்சமே 'ஓம்' எனும் ஒலியில்தான் அடங்கியுள்ளது. இன்று நரம்பியல் நிபுணர்கள், இசை நம் மூளையின் அலைகளை மாற்றும் தன்மைகொண்டது என்ற ஆணித்தரமான முடிவுக்கு வந்துள்ளனர்.

இசை என்பது என்ன?

சரியான ஒலி அளவில், சீரான தாளக்கட்டுடன், காதுக்கு இனிமையைக் கொடுக்கும் ஒலியைத்தான் இசை என்கிறோம்.

மூளையில் இசைக்கான இடம் இடது அறைக்கோளத்தில் உள்ளது.

உலகெங்கும் இருக்கும் அனைவருக்கும் இசை பிடிக்கும். இசையில் அறிவு, பயிற்சி இல்லாவிட்டாலும் எல்லோராலும் இசையை ரசிக்க முடியும்.

மூளையில் இசை எவ்வாறு உணரப்படுகிறது?

இந்த ஒலி அளவும் தாளக்கட்டும் மூளையில் வெவ்வேறு இடங்களில் உள்வாங்கப்படுகிறது. ஆனாலும் அவை இணைந்து உணரப்படுகிறது.

மூளையின் முன் பகுதியின் புலனியக்கப் பகுதியான (Motor cortex) தாளக்கட்டை உணரவும் அதனை உடனே வாசிக்கவும் செய்யும் பகுதியாகும். அதே போல், இசையின் தன்மையை (சோகம், துக்கம், இனிமை) உணரச்செய்வது உணர்வுக்கான தனி இடமாகும்.

அது மட்டுமல்ல ஒருவர் இசை பயிலும் போது, சிறுமூளை (cerebellum), அடி மூளை முடிச்சு (Basal ganglia) ஆகிய பகுதிகளும் நியூரான்கள் மூலம் தூண்டப்படுகின்றன.

இவ்வாறு, பல நியூரான்களின் உதவியால் மூளையின் பல்வேறு பகுதிகளும் இணைக்கப்படுவதால் இசை தெரபி பல்வேறு பிரச்னைகளுக்கு நல்ல வடிகாலாக உள்ளது.

ஒருவர் பாடும்போது, இசையைக் கேட்கும்போது, வாசிக்கும் போது என பல்வேறு நிலைகளில் மூளையைப் பரிசோதித்ததில் ஆராய்ச்சியாளர்கள் கண்டறிந்தது இவை:

ஒருவர் இசையில் ஆழ்ந்திருக்கும்போது மூளையில் நியூரான்கள் ஏற்படுத்தும் தன்மை உலகெங்கும் இருக்கும் மனித சமுதாயம் அனைத்துக்கும் ஒரேபோல்தான் இருக்கும்.

ஒருவருக்கு இசையில் ஞானம் இருந்தாலும் இல்லாவிட்டாலும் அவர் இசையைக் கேட்கும்போதோ, பாடும்போதோ அல்லது வாசிக்கும் போதோ அதனால் மூளையில் ஏற்படும் தாக்கமும் தேர்ச்சி பெற்ற கலைஞர்கள் பாடும்போது, வாசிக்கும்போது அவர்களது மூளையில் ஏற்படும் தாக்கமும் ஒரே போல்தான் இருக்கும். அதில் மாறுதல் ஏதும் இல்லை.

இசை இயற்கையாகவே நம்மை விட்டுப் பிரிக்க முடியாத வகையில் பின்னிப்பிணைந்துள்ள ஒரு தெய்விகமாகும்.

இசை ஏற்படுத்தும் இன்ப அதிர்வலைகள் ஓய வெகு நேரமாகும். மனதுக்குப் பிடித்த பாடகரின் கச்சேரிக்குச் சென்று வந்தவர்கள் இதனை உணர்ந்திருப்பார்கள்.

இசையால் மூளையில் பல்வேறு நிகழ்வுகள் ஏற்படுகின்றன. அவை என்னென்ன என்று பார்ப்போம்.

மன உணர்வுகள் (Emotions)

நினைவுத்திறன் (Memory)

கற்றல் மற்றும் மூளையின் அறி திறன் (Learning and Neuroplasticity)

கவனத்திறன் (Attention)

இசை இவற்றில் பெரும் மாறுதலை ஏற்படுத்துவதாகக் கண்டறிந்துள்ளனர்.

மன உணர்வுகள் (Emotions)

அழுது கொண்டிருக்கும் ஒரு குழந்தை, இசையைக் கேட்க நேரும் போது, உடனே கையைத் தட்டிக்கொண்டு இசையை ரசிக்க ஆரம்பித்துவிடும். அல்லது ஆடிக்கொண்டு ரசிக்கும். சடாரென்று அதன் உணர்வு மாறிவிடுவதைக் காணலாம்.

அது மட்டுமா? குழந்தைக்கு அம்மா பாடும் தாலாட்டு அவர்களின் பாசப் பிணைப்புக்கு ஒரு வலுவான பாலமாகிவிடுகிறது.

இப்படி வெளிப்புற இசை மன உணர்வுகளை மாற்ற வல்லது. 'ஆக்ஸிடாஸின்' எனும் ஒரு ஹார்மோன் மூளையில் சுரக்கும். பொதுவாக, பெண்கள் சிநேகிதிகளுடன் ஒருவருக்கொருவர் கட்டிப் பிடித்து அன்பைப் பரிமாறும்போது, இந்த ஹார்மோன் சுரக்கும். அத்தகைய ஆக்ஸிடாஸின் நம் மனதுக்குப் பிடித்த இசையைப் பாடுவதால்கூட சுரக்கும்.

மேலும், மூளையில் பல்வேறு நன்மைகளை ஏற்படுத்தக்கூடிய மூலக்கூறுகளை (molecules) இசை ஏற்படுத்தும் வல்லமை வாய்ந்தது என்று கண்டறியப் பட்டுள்ளது.

இசையைக் கேட்பதால், மூளையில் டோபாமைன் எனும் மின்கடத்திப் பொருள் (Neuro transmitter) சுரக்குமாம். சரி இந்த டோபாமைனின் வேலை என்ன? மூளையில், மகிழ்ச்சியை உணர்த்தும் இடம் இந்த டோபாமைன் கட்டுக்குள் உள்ளது. அதனால் எப்போதும் இசையால் மனம் மகிழ்ச்சியில் நிறைந்திருக்கும்.

சாதாரணமாக, மன உணர்வுகள் இதயத்திலிருந்து உணரப்படுவதாக நினைப்போம். மாறாக, பெரும்பாலான, உணர்வுகள் மூளை வழியே பெறப்படுகின்றன. இசை ஏற்படுத்தும் இன்ப அதிர்வலை கள் ஓய வெகு நேரமாகும். மனதுக்குப் பிடித்த பாடகரின் கச்சேரிக்குச் சென்று வந்த பிறகு இதனை உணரலாம்.

உணர்வுகளைத் தூண்டி விடுவதில் இசை முக்கிய பங்கு வகிக்கிறது. இறந்தவர்களின் வீட்டில் சோகப் பாட்டை ஒலிக்க விடுவார்கள். அந்த உணர்வு எல்லோருக்கும் ஒட்டிக் கொள்ளும்.

அதே போல், திருமண வீட்டில் அது குறித்த பாடலைக் கேட்கும் போது சந்தோஷ உணர்வு வந்துவிடும். அது போலப் பழைய நினைவுகளை இழுத்து வரும் தன்மையும் இசைக்கு உண்டு.

மூளையையும் இதயத்தையும் இசையால் இணைக்க முடியும். பயம், துக்கம், வலி, சந்தோஷம், கவலை, சோகம், தாபம் எனப் பல்வேறு உணர்வுகளை இசை மூளையில் பிரதிபலிக்கச் செய்யும்.

சங்கரின் திடீர் மன மாற்றத்துக்குக் காரணம் இப்போது தெரிந்ததா?

நினைவுத் திறன்

சிறு வயதில் கேட்ட நமக்குப் பிடித்த பாட்டை 60 வயதில் கேட்கும் போதுகூட அதை ராகம், வார்த்தை மாறாமல் நினைவுபடுத்திக் கொண்டு சேர்ந்து பாட முடிகிறது. அது மட்டுமல்ல, சிறு வயதில் அந்தப் பாட்டைக் கேட்கும்போது இருந்த மன நிலையையும் அப்போது நினைத்துப் பார்க்க முடிகிறது. இதெல்லாம் இசையால் மட்டும்தான் சாத்தியமாகும்.

அதனால்தான் மறதி நோய்களான அல்சைமர் போன்றவற்றால் பாதிக்கப்பட்டவர்களுக்கு அவர்கள் இள வயதில் கேட்ட பாடலின் மூலம் அவர்களது நினைவுகளை மீட்க வாய்ப்புண்டு

கற்றலும் மூளையின் அறி திறனும் (Learning and Neuroplasticity)

பொதுவாக இசை வடிவில் கற்பது மனதில் நன்கு நிற்கும். குழந்தைகளின் நர்ஸரி ரைம்ஸ் இதற்கு நல்ல உதாரணமாகும். ரைம்ஸ் எனும் குழந்தைகளின் பாடல் எளிதான இசை வடிவில் இருக்கும். இதனால் குழந்தைகள் இதனை ஆசையோடு எளிதில் கற்றுக் கொள்வார்கள். அது மட்டுமின்றி அதனை மறக்காமல் எப்போதும் நினைவுகூர்வார்கள்.

முந்தைய காலத்தில் வாய்ப்பாடு, சூத்திரங்கள் எல்லாம் எளிதான இசை வடிவில் இருந்ததால் கற்பது எளிதாகவும் இனிமையாகவும் இருந்தது.

நியூரான்கள்தான் ஒன்றுக்கொன்று பாலமாய் இணைந்து நம்மைச் செயல்பட வைக்கின்றன என்று ஏற்கெனவே பார்த்தோம். நம்

வீட்டில், நாம் எப்படி இருந்தாலும், உறவினர் வீட்டுக்குச் செல்லும் போது, அந்த இடத்துக்கேற்ப நாம் ஒத்துப் போகி றோமல்லவா? அது போல்தான், இந்த நியூரான்கள், மூளையில் ஏதாவது காயம், அறுவை சிகிச்சை அல்லது வியாதிகள் ஏதேனும் ஏற்பட்டுவிட்டாலும், சூழ்நிலைக்குத் தகுந்தவாறு மூளை புது நியூரான்களுடன் தொடர்பை ஏற்படுத்திக் கொள்ளும்.

சுருங்கச் சொன்னால், நினைவுத்திறன், உணர்வுகள், மொழித்திறன், பேச்சுத்திறன் ஆகியவற்றில் தடங்கல் ஏற்படாதவாறு மூளை தன்னைத் தானே சரி செய்து கொண்டு விடுவது இயற்கை. இசை இதனை இன்னும் பலப்படுத்தும் ஆற்றல் கொண்டது.

இவ்வாறு இயங்கும் மூளை இசையினால் இன்னும் தொடர்பைப் பலப்படுத்த முடியும்.

இன்னும் குறிப்பாகச் சொன்னால், சாலையில் போக்குவரத்து அதிகமாகி வண்டிகள் வரிசையாக நகராமல் நின்றால், உடனே குறுக்கு வழி இருக்கிறதா என்று மாற்றுப் பாதையைக் கண்டுபிடித்துக் கொள்வோம் அல்லவா?

அதுபோல்தான் மூளையில், குறிப்பாகப் பிரச்னைகள் ஏற்படும் போது, மாற்றுப் பாதையைக் கண்டுபிடிக்கும் செயலை இசை எளிதாகச் செய்துவிடுகிறது.

கவனத்திறன் (Attention)

நீங்கள் ஒரு பாடலைக் கேட்டுக் கொண்டிருக்கும்போது உங்களை அறியாமலேயே உங்களது முழுக் கவனத்திறனும் அந்தப் பாடலில் இருக்கும். இது தொடரும்போது, நாம் செய்யும் பிற வேலைகளிலும் இக்கவனத் திறன் நீடிக்க வாய்ப்புண்டு.

இசையைத் தொடர்ந்து கேட்கும்போது, அடுத்து நடக்க இருக்கும் நிகழ்வை எதிர்பார்த்துக் காத்திருக்கும் தன்மையை மூளைக்குக் கிடைக்கச் செய்து அதன் கவனத் திறனை அதிகரிக்கச் செய்யும் என்று அறிவியலாளர்கள் கண்டறிந்துள்ளனர்.

மேலும், தானாகக் கை காலை இயக்க முன்வராத பார்க்கின்ஸன்ஸ் நோயாளிகளுக்கு இசை மூலம் உடலியக்கத்தைக் கொண்டு வர முடியும்.

சீரான தாளக்கட்டு கொண்ட இசையைக் குழுவாகப் பாடும்போது, இசையில் ஒன்றி அவர்கள் தாளம் போடலாம். ஆடலாம். உடன்

பாடுபவர்களுடன் தலையாட்டி ரசிக்கும் போதும் பாடும் போதும் அவர்களை அறியாமல் சிறு சிறு உடலியக்கத்துக்கு உட்பட்டிருப்பார்கள்.

அது மட்டுமின்றிப் பேச்சின்மை (aphasia) இருப்பவருக்கும் இசை தெரபி பலனளிக்க வாய்ப்புண்டு

இது போன்ற நோய்களினால் தனக்குள்ளே முடங்கிப் போன நோயாளிகளை வெளி உலகத்துக்கு இழுத்து வரும் வேலையை இசை எளிதாகச் செய்துவிடும்.

சரி. மூளையைப் பலப்படுத்த இசையை எப்படிப் பயன் படுத்தலாம்?

இசைக் கருவி வாசித்தல்

பொதுவாக, மூளையின் இரு அறைக்கோளங்களையும் இயக்கும் தன்மை கொண்டது இசை. அதிலும் குறிப்பாக, இசைக் கருவி களை வாசிக்கும்போது இரு கோளங்களும் இயங்கும். உதாரணத்துக்கு, நீங்கள் மிருதங்கம் வாசிக்கிறீர்கள் என்று வைத்துக்கொள்வோம்.

அந்த வாத்தியத்தை வாசிப்பதின் யுத்தி நமது இடது புற அறைக் கோளத்தில் தாக்கத்தை ஏற்படுத்துகிறது. வாசிப்பில், கற்பனைத் திறன் வலது அறைக்கோளத்தில் தாக்கத்தை ஏற்படுத்துகிறது.

சீரான இடை வெளியில் ஏற்படும் தாளக்கட்டு மூளையில் நேர்மறையான தாக்கத்தை ஏற்படுத்துகிறது. இது மூளை அலை வரிசையில் மாற்றத்தை ஏற்படுத்தி மன அமைதியைக் கொடுக்கிறது.

இதற்கிடையில், நம் வாசிப்பில் ஏற்படும் மகிழ்ச்சி, நிறைவு இதயத்தை நிறைக்கும். 'இன்னைக்கு வகுப்பு மனசு நெறைஞ்சு இருந்தது' என்று சொல்லுவோம் அல்லவா?

இப்படி மூளையையும் மன உணர்வையும் மிக அழகாகப் பாதிக்கும் தன்மை கொண்டது இசை. இசை நினைவுத் திறன், உடனடிச் சிந்தனை (spontaneous thought) எனப் பலவற்றில் உதவி செய்து நம் தினசரி வாழ்வில் சந்திக்கும் சவால்களை எளிதாக்கி விடுகிறது.

பாடுவது

பாடுவது மூளைக்கு மட்டுமல்ல, இதயத்துக்கும் நல்லது. நினை விருக்கட்டும்! பாடுவது எப்படி வேண்டுமானாலும் இருக்கலாம்!

நீங்கள் பாத்ரூம் பாடகராக இருந்தாலும் வாய் விட்டுப் பாடுங்கள்! இது நினைவு, உணர்வு மற்றும் சமுதாய உணர்வுகளை மேம்படச் செய்வதாக ஆராய்ச்சிகள் அறிவிக்கின்றன.

ஓதுதல் (Chanting)

ஆயிரக் கணக்கான வருடங்களாக மந்திரம் ஜெபித்தல் அல்லது ஓதுதல் நம் ஆன்மீக உணர்வுகளை மூளையில் தட்டி எழுப்பும் சாதனமாகப் பயன்படுத்தப்பட்டு வருகிறது. குறிப்பாகச் சொன்னால், 'ஓம்' எனும் மந்திரம் உலகின் அனைத்து மந்திரங்களின் ஒலிகளையும் உள்ளடக்கியது.

இதற்கு ஒரு ஆராய்ச்சி மேற்கொள்ளப்பட்டது. ஒரு குழுவில் சிலரை 'ஓம்' எனும் ஒலியை ஒலிக்கச் செய்தார்கள். சிலரை 'ஸ்ஸ்' என்று ஒலிக்கச் செய்தார்கள்.

இப்போது அவர்களுக்கு FMRI (Functional MRI) எனும் சாதனம் மூலம் ஸ்கேன் செய்யப்பட்டது.

'ஸ்ஸ்' எனும் ஒலி ஒலித்தவர்களின் மூளையில் எந்தவிதத் தாக்கமும் இல்லை. ஆனால் 'ஓம்' என்று ஒலித்தவர்களின் மூளையில், அமைதிக்கான இடம் தூண்டப்பட்டிருந்தது அறியப்பட்டது.

சரி. எந்தவிதமான இசையைக் கேட்டால் மூளைக்கு நல்லது? எது கேட்கலாம்... எது கேட்கக் கூடாது... பார்க்கலாம்.

இசை மூளையின் அலை வரிசையை மாற்றும் தன்மை கொண்டது.

பகல் பொழுதில் பெரும்பாலும் நம் மூளையின் அலை வரிசை பீட்டா அலை வரிசையில் இருக்கும். ஆய்ந்து ஓய்ந்து அமரும் போது நம் மூளையின் அலைவரிசையும் ஓய்வெடுக்கும் நிலையில் இருக்கும். அப்போது நம் மனநிலையும் அமைதியாக இருக்கும். அப்போது மூளையில் இருந்து வெளிவருவது ஆல்பா நிலையாகும்.

மன அமைதியற்று துக்கத்திலோ சோகத்திலோ இருக்கும்போது, இத்தகைய ஆல்பா அலை வரிசையை இசை மூலம் ஏற்படுத்திக் கொள்ளமுடியும். ஆல்பா அலை வரிசையைக் கொடுக்கும் இசை மனதுக்கு இதமளித்து மன அமைதியையும் ஆனந்தத்தையும் கொடுக்கும்.

சாதாரணமாக, துள்ளல் இசையைக் கேட்கும்போது நம்மை அறியாமல் தலை ஆட்டுவதும் தாளம் போடுவதும் இருக்கும்.

ஆனால் அதே சமயம் மிக மெதுவான மிருதுவான (melody) இசையைக் கேட்கும்போது, மனதில் சந்தோஷமும் அமைதியும் இருக்கும்.

இத்தகைய மன நிலையில் மூளையின் வலது மற்றும் இடது அறைக் கோளங்கள் இரண்டும் தூண்டப்படுகிறது. இந்நிலையில் நம் ஆழ் மனதுடன் தொடர்பு ஏற்படுத்திக்கொள்ளமுடியும். தடுமாற்றம் இல்லாமல் முடிவுகள் எடுக்க முடியும்.

நம் எண்ணங்களையும் செயல்களையும் நம் கட்டுக்குள் வைத்திருக்கலாம். எத்தகைய சவால்களையும் எளிதில் எதிர் கொள்ளலாம். பாஸிடிவ் திங்கிங் எனும் நேர் மறை எண்ணங்கள் அதிகரிக்கும்.

இதனால் ஆல்பா அலை வரிசை இசை டென்ஷன், பதற்றத்தி லிருப்பவர்களுக்கு அருமருந்து என்றே சொல்லலாம்.

அதனால் இசையின் நேர்மறை தாக்கத்தை மூளை பெறத் தேர்ந்தெடுக்கும் இசையும் சரியானதாக இருக்கட்டும்.

இசையும் ஆட்டிஸமும்

ஆட்டிஸம் என்பது தமிழில் 'மதி இறுக்கம்' எனப்படும். இது ஒரு குழந்தையின் வளர் நிலை பருவத்தில் ஏற்படக்கூடிய நிலையாகும். குழந்தை வளர்ச்சிப் படிக்கட்டுகளில் திடீரென இறங்கு முகமாகக் கற்றதை, செய்ததை மறக்க ஆரம்பிக்கும். அதன் நடவடிக்கை களில் வித்தியாசம் இருக்கலாம்.

குறிப்பாக, மொழிப் பிரச்னை இருக்கும். அதனால் உரையாடும், உறவாடும் தன்மை இருக்காது. தனக்கே உரிய உலகில் சஞ்சரித்துக் கொண்டு சுற்றுப்புறத்திலிருந்து தன்னை விலக்கிக்கொண்டு விடுவார்கள். செய்ததையே திருப்பித் திருப்பிச் செய்யும் பழக்கமும் சொன்னதையே திருப்பித் திருப்பிச் சொல்லும் பழக்கமும் சிலருக்கு உண்டு.

இவர்களுக்கு இசையில் நல்ல ஆர்வம் இருக்கும். அது மட்டுமின்றி சிலர் மிக அழகாகப் பாட முடியும். சிலர் மிக அழகாகப் பக்க வாத்தியக் கருவிகளை வாசிக்க முடியும். இவர்களுக்கு நல்ல தாள அறிவு இருப்பதால், ட்ரம்ஸ், தபேலா, மிருதங்கம் போன்ற கருவிகளை எளிதாக இசைக்க முடியும்.

மூளையின் முன் பகுதியான கார்டெக்ஸில் இவர்களுக்கு அசாதாரணத் தன்மை இருப்பது கண்டறியப்பட்டுள்ளது. இப்பகுதி

கற்றல் மற்றும் நினைவுத்திறனுக்கான இடமாகும். இதனால் இவர்கள் எளிதில் எதையும் கற்றுக்கொள்ள முடிவதில்லை.

அது மட்டுமின்றி, கற்றலுக்கு ஆதாரமாக இருக்கும் 'மிரர் நியூரான்' எனும் ஒரு வகை நியூரான்கள் இவர்களுக்கு மிகக் குறைவாக இருப்பதால், இவர்கள் கற்பது கடினமாகிறது.

இவர்களுக்கு இசை சிகிச்சை கொடுக்கும்போது, இசையால் மூளை முழுவதும் தூண்டப் படுகிறது. இது நினைவாற்றல் மற்றும் கற்கும் திறனை அதிகரிக்கிறது.

அதேபோல் இவர்களிடம் மொழித் திறன் குறைவு. பெரும் பாலான ஆட்டிஸ நிலையாளர்கள் பேச மாட்டார்கள் அல்லது தன் தேவைக்கு மட்டும் ஓரிரு வார்த்தை பேசுவார்கள்.

இசை சிகிச்சையால் பேச்சு, மொழியில் முன்னேற்றம் காண வாய்ப்புண்டு.

இவர்களுக்கு கார்டெக்ஸ் பகுதியில் அசாதாரணத்தன்மை என்று பார்த்தோம். அதுவும், கார்டெக்ஸில் குறிப்பாக, எந்த இடம் பாதிக்கப் பட்டிருக்கிறதோ அதற்கேற்ப, இவர்களது தன்மை இருக்கும்.

அதனால்தான் ஒரு ஆட்டிஸ குழந்தைபோல மற்றொன்று இருப்பதில்லை.

மிக முக்கியமாக இவர்கள் பெரும்பாலும் பதற்றத்துடன் ஓடிக் கொண்டே (hyper active) இருப்பார்கள். அதிக ஸ்ட்ரெஸ் இருக்கும். இவை எல்லாவற்றுக்கும் இசை ஒரு சிறந்த வடிகாலாக இருக்கும்.

இவர்களுக்கு இயற்கையிலேயே இசை மீது இருக்கும் ஆர்வமும் இவர்களையும் இசையையும் பிரிக்கமுடியாதவாறு இருக்கும். அதனால் முதலில் இவர்களுக்கு அறிமுகப்படுத்தும் இசை மனதுக்கு இதமான ஆல்பா அலைவரிசையைத் தூண்டும் இசையாக இருக்கட்டும்.

8

மூளையும் பக்தியும்

'ஓம் முதலில் ஒலித்தது
ஓம் கடவுளிடம் இருந்தது
ஓம்காரம்தான் கடவுள்'

அமெரிக்காவைச் சேர்ந்த நரம்பியல் ஆராய்ச்சியாளர்கள், பிரார்த்தனை செய்யும் போது மூளையில் என்ன நடக்கிறது என்று ஆராய்ந்தார்கள்.

அப்போது கண்டறிந்தவை ஆச்சரியமளித்தன வாம். என்ன அது?

சாதாரணமாக நாம் உரையாடும்போது, நம் மூளையின் முன் பகுதி (frontal lobe) தூண்டப்படும். ஆனால், வாய் விட்டு, மந்திரம் சொல்லும்போது, இப்பகுதி இயல்பான அளவு தூண்டப்படவில்லை என்று அறியப் பட்டது. அது மட்டுமல்ல, பக்தி இருக்கும் இடத்தில் பண்பு, கருணை போன்ற குணமும் இருக்கும். காலப்போக்கில் இது மூளையை மாற்றும் தன்மை கொண்டது என்றும் கூறுகிறார்கள் இவர்கள்.

அது வரை தியானம் செய்யாத சிலரை தியானம் மேற் கொள்ளச் செய்து சோதனை மேற்

கொண்டனர். அவர்களின் மூளையில் குறிப்பிடத்தக்க மாறுதல் தெரிய வந்தது. அதாவது, மூளையின் முன் பகுதியான பொட்டு மடலில் (frontal lobe) குறிப்பிடத்தக்க வித்தியாசம் ஏற்படுவதை அறிந்தனர். அந்த இடம் அதிகம் தூண்டப் படுவதை உணர்ந்தனர். அதுதான் கருணை, நேர்மறையான உணர்வுகள் ஆகியவற்றுக்கான பகுதியாகும். அது மட்டுமின்றி தாலமஸ்ஸிலும் மாற்றம் ஏற்பட்டது. இதுதான் மூளையின் உள்ளே ஒவ்வொரு பகுதியும் இணைந்துகொள்ள உதவும் பகுதியாகும்.

மூளையின் உள்ளே பாதாம் கொட்டை அளவு இருக்கும் ஒரு பகுதிக்கு 'அமைக்டலா' (amygdala) என்று பெயர். கோபம், பயம், விருப்பு, வெறுப்பு எனப் பல்வேறு உணர்வுகளை வெளிப் படுத்துவதில் இப்பகுதி முக்கிய பங்கு வகிக்கிறது. இவ்வுணர்வு களைப் பொட்டு மடல் சமப்படுத்தி இடத்துக்கு தகுந்தாற் போல பிரதிபலிக்கிறது.

உதாரணத்துக்கு, சிக்னலுக்குக் காத்திருக்கிறீர்கள். சிக்னல் விழுந்து வண்டியை எடுக்கும் போது, சடாரென பக்கவாட்டி லிருந்து ஒரு இரு சக்கர வாகனம் உங்கள் பாதைக்குக் குறுக்காகக் கடந்து சென்றால் உடனே கோபம் வருமல்லவா?

அப்போது உடனே கையை நீட்டி அவரைத் திட்டுவீர்கள். ஆனால் நீங்கள் மத நம்பிக்கை அதிகம் கொண்டவராக, தீவிர பக்தி உடையவராக இருப்பவரென்றால் அதனாலென்ன? போகட்டும் என்று விட்டுவிடுவீர்கள் என்கிறது ஆராய்ச்சி.

ஆம். அமைக்டலாதான் உணர்வுகளை வெளிப்படுத்தும் பகுதி என்று பார்த்தோம். ஆனால், இப்போது இந்த அமைக்டலாவின் தலையில் தட்டி 'கொஞ்சம் பொறுமையாய் இரு' என்று நீங்கள் சொல்வீர்கள். அதுவும் கேட்டுக்கொள்ளும்.

ஆம். அன்பு, அமைதி, சந்தோஷம், பொறுமை, சுய கட்டுப்பாடு என அத்தனையும் பக்தியும் கடவுள் நம்பிக்கையும் உங்களுக்குக் கொடுத்து விடுகிறது என்கிறார்கள் ஆராய்ச்சியாளர்கள்.

பக்தியில் நீங்கள் திளைக்கத் திளைக்க இப்பண்புகள் அதிகரிக்குமாம்.

அதி முக்கியமான ஒன்று, நம் மூளை பிரார்த்தனை, நம்பிக்கை மற்றும் பக்திக்காகவே வடிவமைக்கப்பட்டுள்ளதாம்.

எங்கே கிளம்பிட்டீங்க? பிரார்த்தனை செய்யவா?

9

மூளையும் கலைகளும்

'அழகு பார்வையைத் தூண்டுகிறது
அறிவு உள்ளங்களை ஒன்றாக்குகிறது'

'ஹாய் ஷோபா... எத்தன மணிக்கு கௌம் பலாம்?' அனு கேட்டாள்.

'ம்...பத்து மணிக்கு வரயா?'

'ஓகே டன்'.

நீண்ட நாள் கழித்து தோழிகள் இருவரும் ஒரு ஆர்ட் எக்ஸிபிஷனுக்குச் செல்லத் தயாராயிருந்தார்கள்.

அனு நன்றாக வரைவாள். ஷோபாவின் ஆர்வம் நடனத்தில்தான். ஆனாலும் எங்கு சென்றாலும் சேர்ந்தே செல்வார்கள்.

கண்காட்சியில், 'வாவ்... என்ன அழகு பாரேன், ரவிவர்மாவின் ஒரு ஓவியத்தைக் காண்பித்தாள் ஷோபா. ஒரு அரசவையில் பல பெண்கள் கூடியிருக்கும் காட்சி தத்ரூபமாக வரையப்பட்டிருந்தது.

அனுவும் ரசித்தாள்.

அதே வரிசையில் இருந்த ஒரு ஓவியத்தைக் கண்டு அப்படியே நின்று விட்டாள் ஷோபா.

'பாத்தியா?' கேட்டாள் அனுவிடம்.

'இதுல என்ன இருக்கு? எனக்கு ஒண்ணுமே புரியல போ' என்றாள் அனு.

ஆம். காட்சிகளின்றி வண்ணங்களும் வடிவங்களும் கொண்ட 'அப்ஸ்ட்ராக்ட்' ஓவியங்கள் ஏன் எல்லோருக்கும் புரிவதில்லை?

ஓவியங்களைப் பார்க்கும்போது மூளையில் என்ன நடக்கிறது? பார்க்கலாம்.

நிறம், கோடுகள், அமைப்பு என எல்லாவற்றையும் பிரித்தறியும் வண்ணம் நம் மூளை வடிவமைக்கப்பட்டுள்ளது.

பல்வேறு நிறமூட்டி, ஒளியூட்டி ஒரு கலைஞன் தான் வரையும் ஓவியத்தை எப்படியோ உண்மை வடிவம் கொடுத்து நம்மை நம்ப வைத்துவிடுவான்.

நம் மூளை அதனை ஒத்துக்கொள்ள வைத்துவிடும். அதனால்தான் மியூசியங்களும் ஆர்ட் கேலரிகளும் இன்றும் ரசிக்கப்படுகின்றன.

ஒவ்வொரு மனிதனும் தனித் தனி ரசனை கொண்டிருக்கலாம். வெவ்வேறு கலாசார ரசனை இருக்கலாம். ஆனாலும் அதையும் தாண்டி எல்லோரும் சிலவற்றை ரசிக்க முடிகிறது. இதற்கு மூளையின் அமைப்பும் காரணமாகிறது.

நாம் சாதாரணமாக ஒரு ஓவியத்தில் என்ன ரசிக்கிறோம்?

முதலில் நமக்குத் தெரிந்த ஒன்று அதில் இருந்தால் உடனே அதனை அடையாளம் கண்டு கொள்வோம். மனிதன், மிருகம், தாவரம், உணவு, இடம் முதலியன.

ஓவியத்தின் சில அம்சங்கள் சில யுக்தி மூலம் மூளையை ஏமாற்றும் தன்மை கொண்டது.

உதாரணத்துக்கு, கோட்டுச் சித்திரம் (line drawing) மூலம் அறியப் படும் ஒரு முகத்தை அதனை அப்படியே முகம் என்று ஒத்துக் கொள்வோம். அது எந்த கலாசாரத்தை சேர்ந்ததென்றாலும் அதில் பேதமில்லை.

கற்கால மனிதன் கோட்டுச்சித்திரம் வரைந்துவந்தான். அதுபோல எகிப்திலும் இப்பழக்கம் இருந்தது.

இன்றைய காலகட்டத்தில் உணர்வுகளைப் பிரதிபலிக்க பலவிதமான 'ஈமோஜி' எனப்படும் பொம்மை முகங்கள் பயன்பாட்டில் உள்ளன.

அவை, நிஜமாகவே மனிதனின் முகம் போல் இல்லாவிட்டாலும் அதனை ஒத்துக்கொள்கிறோம்.

முகத்தை அடையாளம் காண்பதற்கென்றே மூளையில் தனி இடம் உண்டு. கைக் குழந்தைகள்கூட தாயைத் தவிர பிறர் தூக்கிக் கொண்டால், முகத்தைப் பார்த்துவிட்டு அழ ஆரம்பிக்கும்.

கற்கால மனிதன் அபாயகரமான சூழலில் காட்டு விலங்குகளுக் கிடையே வாழ்க்கை நடத்த வேண்டியிருந்தது. அதனால், சுற்றி இருப்பவற்றின் முகத்தையே உற்றுப் பாத்துப் பார்த்து உறுதிப் படுத்திக்கொள்ள வேண்டியிருந்தது.

காலப்போக்கில் அந்த மரபணு நம்மிலும் இருப்பதால், அந்த ஓவியத்தில் முகம் எப்படி வரையப்பட்டிருந்தாலும், நாம் அதனை ஏற்றுக்கொள்வோம்.

நமது விழித் திரையில் மூன்று நிற கோன் வடிவ அமைப்பு உள்ளன. அவை சிவப்பு, நீலம் மற்றும் பச்சை நிறக் கோன்களாகும். நீங்கள் பச்சை நிறத்தைப் பார்த்துக்கொண்டிருக்கிறீர்கள் என்று வைத்துக் கொள்வோம்.

மூளை, விழித்திரையில் இருக்கும் பச்சை கோனுடன் ஒப்பிட்டுப் பார்த்து இது பச்சை நிறம் என்று உணர்த்தும். இப்படித்தான் நிறங்களை உணர்கிறோம்.

அதேபோல, இதில் இருக்கும் இன்னொரு அம்சம் 'ஒளிர்வு' ஆகும்.

உதாரணத்துக்கு, சூரிய உதயக் காட்சி ஓவியத்தை ரசிக்கிறோம் என வைத்துக்கொள்வோம்.

நாம் ஓவியத்தைப் பார்க்கும்போதே, நம் மூளையில் என்ன பார்க்கிறோம்? எங்கு பார்க்கிறோம்? என்று இரு பிரிவுகளுக்கான இடம் மூளையில் தூண்டப்படுகிறது.

'என்ன'(what) எனும் பகுதியில் நிறம், முகம் மற்றும் பொருட்கள் அறியப்படும். எங்கே? (where) எனும் பகுதியில், தகவல்கள் குறைவாகவே இருக்கும். ஆனால், பார்க்கும் ஓவியத்தின் சுற்றுச் சூழலுக்கு நம்மை அழைத்துச் செல்லும்.

இப்போது, நாம் எளிதாக, சூரிய உதயக் காட்சியை ரசிக்க முடியும்.

நாம் ஏன் ஓவியம், சிற்பம் போன்ற கலைகளை ரசிக்கிறோம்?

இக்கேள்விக்கு அமெரிக்காவில், கலிபோர்னியா யுனிவர்ஸிடி யின் நரம்பியல் அறிவியல் நிபுணரான, நம் நாட்டைச் சேர்ந்த விளையனூர் ராமச்சந்திரன் அவர்கள் அளிக்கும் பதில் என்ன என்று பார்க்கலாம்.

உலகம் முழுதும் இனம், மரபு, மொழி, மதம் தாண்டி எல்லோராலும் கலைகள் போற்றப்படுகின்றன. ரசிக்கப்படுகின்றன. பாதுகாக்கப் படுகின்றன.

சமச்சீரான உருவம் அழகானதாகக் கருதப்படுகிறது. இந்த உலகத்தில் சமச்சீரான உருவத்திலிருக்கும் எல்லாம் உயிரோடு நடமாடிக் கொண்டிருக்கின்றன. மனிதன், மிருகம் என்று எல்லாம் இதில் அடங்கும்.

நம் மூளையின் இயற்கை அமைப்பே, உயிரோடு இருப்ப வற்றிடம் (மனிதன், மிருகம்) உஷாராக இருக்கும்படிப் பின்னப் பட்டுள்ளது. மேலும், இவர் 'பீக் ஷிப்ட்கொள்கை'(peak shift principle) எனும் ஒரு கொள்கையை விளக்குகிறார்.

பொதுவாக மிருகங்கள் சில வடிவங்களால் ஈர்க்கப் படுகின்றன. அதனை மிகைப்படுத்தினால், இன்னும் அதில் ஈர்ப்பு அதிகமாகும் என்கிறார்.

அதனை ஒரு சோதனை மூலமும் விளக்குகிறார்.

சீகல் (seagull) எனும் பறவையின் குஞ்சுகள் அதன் தாயை அதன் மூக்கின் மூலம்தான் அடையாளம் காணும். அதன் மூக்கு மஞ்சள் நிறத்தில் இருக்கும். அதன் மூக்கு நுனியில் சிவப்புப் புள்ளிகளும் இருக்கும். மூக்கைத் தனியாகக் குஞ்சுகள் முன் ஆட்டினாலும்கூட அது இரைக்காக வாயைத் திறக்கும். அதைவிட, சிவப்புக் கோடு வரைந்த நீளமான மஞ்சள் நிறக் குச்சியை குஞ்சுகள் முன் ஆட்டும் போதுகூட அவை தாய்தான் அது என்று எண்ணி இரை கேட்டனவாம்.

அதை விட வேடிக்கை என்னவென்றால் பல சிவப்புக் கோடுகள் வரைந்த மஞ்சள் குச்சியை அவை முன் நீட்டியபோது, முன்பை விட அதிக உற்சாகத்துடன் இரைக்குத் தயாராயினவாம். அதாவது, அம்மாவின் மூக்கினால் குஞ்சுகள் இயல்பாகவே ஈர்க்கப்படு கின்றன. ஆனாலும், அதனை மிகைப்படுத்தும்போது அதன் மீது

ஈர்ப்பு இன்னும் அதிகமாகிறது. இது மூளையின் நரம்பு செல்களை இன்னும் அதிகம் தூண்டுகிறது.

இதன் கொள்கைதான் நாம் கலைகளை ரசிக்கும் போதும் ஏற்படுகிறது என்கிறார். கண்களுக்கு அவை உருக்குலைந்து இருந்தாலும் மூளையின் உணர்வுப்பகுதிக்கு மகிழ்ச்சியைக் கொடுக்கிறது என்கிறார்.

ஏன் சிலர் ஓவியங்களை ரசிக்க முடிவதில்லை மற்றும் புரிந்து கொள்ள முடிவதில்லை?

அதற்கு ஒரு ஆராய்ச்சி செய்யப்பட்டது.

ஓவியங்களைப் பார்த்துக்கொண்டிருந்த ஒரு குழுவினரிடம், அவர்களுக்குப் பிடித்தவிதம் குறித்துக் கேள்வி கேட்கப்பட்டது. அதனை விவரித்தனர்.

அது குறித்து வைக்கப்பட்டது.

பிறகு அவர்களுக்கு ஒரு சோதனை மேற்கொள்ளப்பட்டது. இது கத்தியின்றி ரத்தமின்றி வலியில்லாமல் செய்யப்படும் சோதனை யாகும். அதாவது, அவர்களின் மண்டை ஓட்டின் வழியே எலெக்ட்ரோடுகளைப் பொறுத்தி சிறு மின்தூண்டல் மூலம் மூளை தூண்டப்பட்டது. இதனை அவர்கள் உணர முடியாது. மூளையில் உணர்வுகளைப் பிரதிபலிக்கும் இடமான மூளையின் முன்பகுதியைத் தூண்டச்செய்தார்கள்.

அதன் பிறகு, அவர்கள் முன்பு ரசித்த அதே ஓவியங்கள் அவர்கள் முன்னே வைக்கப்பட்டது. இப்போது முன்பைவிட அவர்களின் ரசனையில் நல்ல முன்னேற்றம் இருந்தது. அதாவது, சுமார் என்று சொல்லியிருந்த பெயிண்டிங்கைக்கூட சூப்பர் என்றார்கள் இப்போது.

இது ஆச்சரியமளித்தது ஆராய்ச்சியாளர்களுக்கு.

உலகை, வாழ்க்கையை ரசிக்க முடியாவகையில் பல்வேறு மன நிலை கோளாறுகள் இருக்கின்றன. அவர்களுக்கு இச்சோதனையை மேற் கொண்டு அவர்களை வாழ்க்கையை ரசிக்கச் செய்யலாமே என்று யோசித்துக்கொண்டிருக்கிறார்கள் விஞ்ஞானிகள். மொத்தத்தில் கலைகளின் மூலம் மூளையை அறியும் ஆராய்ச்சி இன்னும் தொடர்ந்துகொண்டே இருக்கிறது.

10

மூளையும் மன அழுத்தமும்

'தன்னம்பிக்கை முடிவில் வெற்றி
அவநம்பிக்கையின் முடிவு தோல்வி'

ஒருவருக்கு மன அழுத்தம் ஏற்படக் காரணங் கள் பல இருக்கலாம். வேலை, குடும்பம், ஆரோக்யம், உறவு முறை என ஏதாவது ஒன்றில் பிரச்னை ஏற்பட்டு அது தொடரும் போது மன அழுத்தம் ஏற்பட வாய்ப்புண்டு.

மூதாதையரிடமிருந்து (மரபணு) கூட வந்திருக்கலாம். சுற்றுச் சூழல் காரணிகளால் இருக்கலாம்.

அப்போது மூளையில் என்ன நிகழ்கிறது? இதனை ஆராய்ந்த வல்லுநர்கள் இந்த பாதிப்பு உள்ளவர்களுக்கு மூளையில் பல நரம்புக் கடத்திகள் பாதிப்படைந்து இருப்பதாகக் கண்டறிந்தார்கள். அவற்றைக் கீழே பார்க்கலாம்.

செரொடோனின் (Serotonin)

ஒருவர் விருந்துக்குச் சென்று, தனக்குப் பிடித்த உணவுவகைகளைச் சுவைத்துச் சாப்பிட்டு விட்டு வருகிறார். அப்போது அவருக்கு வயிறு மட்டுமல்லாது மனதும் நிறைந்திருக்கும் அல்லவா?

ஒருவர் தனக்குப் பிடித்த பாடகரின் கச்சேரிக்குச் சென்று கண்ணை மூடி ரசித்துவிட்டு வருகிறார். அப்போது அவருக்கு அமைதி, ஆனந்தம், சந்தோஷம் என்று கலவையான உணர்வுகள் ஏற்பட்டிருக்குமல்லவா?

இத்தகைய உணர்வுகளைக் கொடுப்பது செரொடோனின்தான்.

இது மத்திய நரம்பு மண்டலம், ஜீரண மண்டலம், ரத்த அணு ஆகியவற்றில் காணப்படுகிறது. இதுதான் ஒருவரது மன நிலை, பசி, தூக்கம் என எல்லாவற்றிலும் தாக்கத்தை ஏற்படுத்தும் தன்மை கொண்டது. ஒருவருக்கு மனத்திருப்தியை, சந்தோஷத்தை உணரச் செய்யக்கூடியது.

இந்த செரொடோனின் அளவு, மற்றவர்களை விட மன அழுத்தத்தால் பாதிக்கப்பட்டவர்களுக்குக் குறைவாக இருப்பதாகக் கண்டறியப் பட்டுள்ளது. குறிப்பாக, சிறு வயதில் உடல், மனரீதியாக வன்முறைக்கு ஆளாக்கப்பட்டு வளரும் குழந்தைகளுக்கு, பிற் காலத்தில் மன அழுத்தம் ஏற்படும்போது செரொடோனின் அளவு குறைவது கண்டறியப்பட்டுள்ளது.

சரி. செரொடோனின் அளவை எப்படி அதிகரிப்பது? அது மிகவும் எளிது. சாக்லேட் சாப்பிடவும். சாக்லேட்டா? ஆம். இன்ப அதிர்ச்சி யாக இருக்கிறதா? டார்க் சாக்லேட், சிக்கன் போன்றவற்றில் செரொடோனின் அதிக அளவு உள்ளது.

நோர்பைபென்ஃரைன் (Norepinephrine)

இது ஒரு முக்கியமான நரம்புக் கடத்தி ஆகும். அதாவது, ஒருவர் அமைதியாகப் பதற்றப்படாமல், நிதானித்துச் செயல்பட இது சீராக இயங்கவேண்டும்.

ஒருவருக்கு இந்த நரம்புக் கடத்தியின் செயல்பாடு குறையும் போது, மனச்சோர்வு ஏற்பட்டு அதுவே மன அழுத்தத்தில் முடிகிறது. ஒரு விஷயத்தைக் கிரகித்துக்கொண்டு செயல்படும் பகுதியான மூளையின் 'அமைக்டலா' பகுதியை இது பெரிதும் பாதிக்கிறது. இப்பகுதி மூளையின் இரு பகுதியிலும் தன் பணியைச் செய்கிறது.

மூளையின் பெரும்பாலான பகுதிகளுக்கு இந்த நோர்பைபென்ஃரைன் நரம்புக் கடத்திதான் தகவல்களைக் கடத்துகிறது. இதன் செயல் பாடு குறைந்தால் விழிப்பு நிலை, அமைதி நிலை, தீர்மானம்

எடுத்தல், ஆய்ந்தறிதல் எனப் பல உணர்வுகள் பாதிக்கப்படு
கின்றன.

குறிப்பாக, இக் கடத்தி குறைந்து மன அழுத்தம் அதிகரிக்கும்போது,
நோயாளி தற்கொலை முயற்சியில் ஈடுபடும் நிலை ஏற்படக்கூடும்.

மன அழுத்தம் உள்ளவர்களுக்கு இக்கடத்தி குறைவாக உள்ளது.

டோபாமைன் (Dopamine)

நீங்கள் எதெற்கெடுத்தாலும் பலனை எதிர்பார்த்து வேலை
செய்பவர்களா? அப்போது உங்களுக்கு டோபாமைன் அதிக அளவு
வேலை செய்கிறது என்று அர்த்தமாம். ஆச்சரியமாக இருக்கிறதா?
ஆம். அது உண்மைதான். இதைச் செய்தால் ஊக்கத் தொகை உண்டு
என்று ஆபீசில் மேனேஜர் சொல்லும் போதும், இதைச் செய்தால்
உனக்கு சாக்லேட் உண்டு என்று குழந்தையிடம் சொல்லும் போதும்
அவர்களை ஊக்குவித்து வேலையை முடிக்கவைப்பது இக்
கடத்திதான்.

இக்கடத்தியின் செயல்பாடு குறையும்போது, பல நோய்களைச்
சந்திக்க நேரிடும். அதில் மன அழுத்தமும் ஒன்று. அது
மட்டுமின்றி, ஒருவரின் நடத்தை, நினைவுத் திறன், தன்னியக்கத்
திறன், தண்டனை, தூக்கம், ஊக்கம், கனவு, மன நிலை, கவனத்
திறன், கற்றுக் கொள்ளும் திறன் எனப் பல்வேறு நிலைகளிலும்
டோபாமைன் தேவைப் படுகிறது.

மூளையில், 'ஸப்ஸ்டான்ஷியா நைக்ரா' எனும் பகுதியில் உள்ள
செல்கள் 'ஸ்ட்ரியாடம்' எனும் பகுதியிலுள்ள இரு வேறு
செல்களுடன் இணைந்து டோபாமைனை உருவாக்குகின்றன.

முதல் செல் ஸ்ட்ரியாடத்தின் முக்கிய இடத்தில் உள்ளது. இதை
ஈ1 என்று குறிப்பிடுவார்கள். ஈ2 என்ற மற்றொரு செல், முக்கிய
இடத்திலிருந்து சற்று நீண்டு வெளியே நீட்டிக் கொண்டிருக்கும்
அமைப்பில் உள்ளது. இப்பகுதிக்கு 'கார்டெக்ஸ்' என்று பெயர்.
இது மூளையின் மிக உயர்ந்த பகுதியாகும். ஈ3 தான் ஸப்ஸ்டான்ஷியா
நைக்ராவில் உள்ள செல்லாகும். டோபாமைனின் அளவு
இயல்பைவிடக் குறையும்போது, அதன் இயக்கம் பாதிக்கப்
படுகிறது. அது மன அழுத்தமாக வெளிப்படுகிறது.

இவை தவிர, மன அழுத்தத்துக்குக் காரணமாக விளங்கும் வேறு
சில முக்கிய ஹார்மோன்களும் உண்டு. அவை: கார்டிஸால்
மற்றும் காபா (GABA- Glutamate and Amino Butyric Acid).

கார்டிஸால் (Cortisol)

இது ஸ்ட்ரெஸ் ஹார்மோனாகும். இதன் சுரப்பு மூளையின் ஹைப்போதலாமஸ் பகுதியால் கட்டுப்படுத்தப்படுகிறது. கார்டிஸால், ரத்தத்தில் சர்க்கரையின் அளவை நேரடியாக அதிகரிக்கச் செய்கிறது.

மேலும், கொழுப்பு, புரதம் மற்றும் மாவுச் சத்துகளை உடலில் சிதைக்கவும் உதவுகிறது. மூளைக்குத் தேவையான குளுகோஸைச் சேகரித்துக் கொள்ளவும், வேண்டிய இடம் பார்த்து அதனை அனுப்பவும் கார்டிஸால் மிகவும் முக்கியம்.

அதே சமயம் கார்டிஸால் ஹார்மோன் அதிகமாகச் சுரந்தால் உளவியல் பிரச்னைகள் ஏற்பட வாய்ப்புண்டு.

கார்டிஸால் சுரப்பு அதிகரிக்கும்போது, ஹைப்போதலாமஸில் உள்ள நியூரான்கள் அழியத் தொடங்குகின்றன. இதனால் கற்கும் திறனும் கற்றதை மீட்கும் திறனும் குறைய நேரிடும். மேலும் மன அழுத்தமும் அதிகரிக்கும்.

காபா (GABA - Glutamate and Amino Butyric Acid)

மண்டை ஓட்டுக்குள், மூளை ஒரு திரவத்தில் மிதந்து கொண்டிருக்கும். மூளைக்கு அத்தகைய பாதுகாப்பைக் கொடுக்கும் அந்தத் திரவத்துக்கு செரிபரோ ஸ்பைனல் திரவம் அதாவது, மூளைத் தண்டுவடத் திரவம் என்று பெயர்.

இத்திரவத்தில் காபாவின் அளவு குறையும்போது மன அழுத்தத்தின் தாக்கம் அதிகரிக்கும். குறிப்பாக, தற்கொலை எண்ணமும் அதற்கான முயற்சியும் அதிகமிருக்கும் என்று ஆய்வுகள் அறிவிக்கின்றன.

மூளையின் அமைப்பில் மாற்றம்

மிகத் தீவிரமான மன அழுத்தத்தால் பாதிக்கப்பட்ட நோயாளிகளின் மூளையைப் பலவித சோதனைகளுக்கு உட்படுத்தினார்கள். சோதனையில், ஹிப்போகேம்பல் (Hippo Campal) எனும் மூளையின் பின் ஏற்ற பகுதி இவர்களுக்கு இயல்பைவிடச் சுருங்கியிருப்பது தெரியவந்தது. இது, மன அழுத்தம் ஏற்பட்ட காலகட்டம், அதன் தீவிரத் தன்மை, அதன் தாக்கம் நீடித்த நாட்கள் என்பவற்றைப் பொறுத்து நோயாளிக்கு நோயாளி மாறுபடுவது கண்டறியப்பட்டது.

மிக அதிக நாட்கள் மன அழுத்தத்தில் பாதிக்கப்பட்ட நோயாளி களுக்கு இப்பகுதி அதிக அளவில் சுருங்கியிருந்தது. அதே சமயம், அந்த நோயாளிக்கு சிகிச்சை அளித்து மன அழுத்தத்தில் இருந்து வெளி வந்த பிறகும் இந்த ஹிப்போ கேம்பல் பகுதியில் மாற்றம் இல்லை. அப்படியேதான் இருந்தது.

மன அழுத்தத்தால் பாதிக்கப்பட்டு இறந்த ஒரு நோயாளியின் மூளை ஆய்வுக்குட்படுத்தப்பட்டது. அதில் முன் மூளைப் பகுதியில் (cortex) நியூரான்களின் இழப்பு கண்டறியப்பட்டது.

இந்நிலைக்கு, அதிகப்படியாகச் சுரக்கும் கார்டிஸால்தான் காரணம்.

11

மூளையும் உணவு முறையும்

அன்று, வேலை முடித்து வீட்டுக்குக் கிளம்பும் சமயம், ரேகாவின் செல்லுக்கு அழைப்பு வந்தது.

போனை எடுத்தவள், வருணின் கிளாஸ் டீச்சரிடமிருந்து வந்த அழைப்பு என்று உணர்ந்தவுடன், சற்று பதற்றத்துடன்,

'குட் ஈவினிங் மேடம்' என்றாள்.

'வருண் அம்மா ரேகாதானே'.

'யெஸ் மேடம் சொல்லுங்க.?'

'ஒண்ணுமில்ல, நாளைக்கு என்னை வந்து பாருங்க' என்றார் டீச்சர்.

'பிரச்னை ஒண்ணும் இல்லயே?' கலவரத்துடன் கேட்டாள் ரேகா.

'அதெல்லாம் ஒண்ணும் இல்ல. ஒரு சின்ன கலந்தாய்வு செய்யணும் அவ்வளவுதான்' அத்துடன் முடித்துக்கொண்டார் டீச்சர்.

அன்று வீட்டுக்கு வந்தும்கூட வேலையே ஓடவில்லை ரேகாவுக்கு. என்னவாக இருக்கும்? பத்து நாட்களுக்கு முன்தானே பேரண்ட்ஸ் மீட்டிங் நடந்தது.

வருணைப் பற்றி நல்ல ரிபோர்ட்தானே கொடுத்தார்கள். பல்வேறு நினைப்புகளுடன் வேலை பார்த்துக்கொண்டிருந்தபோது, 'நான் கெளம்பறேன் மேடம்' ட்ரைவர் கார் சாவியைக் கொண்டு கொடுத்தான்.

'கொழந்த என்ன சாப்பிட்டான் சாயங்காலம்?'

'அவனுக்குப் பிடிச்ச பிஸ்ஸா வாங்கிக் குடுத்தேன், நைட்டுக்குப் பார்சல் வாங்கி வெச்சுருக்கேன் மேடம்.'

'ம்...சொல்ல மறந்துட்டேனே! நாளைக்குக் கொஞ்சம் சீக்கிரம் வந்துருப்பா. நானும் ஸ்கூலுக்கு வரணும். அப்புறம்தான் ஆபீஸ் போகணும். மறந்துராத' என்றபடி அவனை அனுப்பிவைத்தாள் ரேகா.

மறுநாள், பள்ளியில் டீச்சரைப் பார்த்ததும் 'என்ன மேடம் சொல்றீங்க?' என்றாள் பதற்றத்துடன்.

'ஆமாம் ரேகா. பதற்றப்படாதீங்க. இதுல பயப்படற அளவுக்கு ஒண்ணும் இல்ல.' சொன்னார் டீச்சர்.

'பத்து வயசு குழந்தைக்கு டயபடீஸ்னு சொல்றீங்க. பயப்படாம எப்படி இருக்க முடியும்?' கலவரத்துடன் கேட்டாள் ரேகா.

'முழுக்க கேளுங்க. எங்க ஸ்கூல்ல ஒரு மெடிகல் கேம்ப் நடத்தினோம். அதுல, குறிப்பா ரொம்ப குண்டா இருக்கற பசங்களுக்கு டைப் 2 நீரிழிவு நோய் வர வாய்ப்பு அதிகம்னு டாக்டர் சொன்னார். அவர் குறிப்பிட்ட பசங்கள்ள வருணும் ஒருத்தன். அது மட்டுமில்ல, அவன் சாப்பிடும் உணவுப்பழக்கத்தையும் கேட்கலாம்னுதான் ஓங்கள கூப்பிட்டு விட்டேன்' முடித்தார் டீச்சர்.

காலைல டிபன். மதியம் பாக்ஸ்ல குடுத்துவிடுற லன்ச்தான். சாயங்காலம் பிஸ்ஸா, பர்கர்னு அவனுக்குப் பிடிச்சத சாப்பிடுவான். டின்னருக்கு அவனுக்குப் பிடிச்ச டிஷ் ஹோட்டல்ல இருந்து வாங்கிக் குடுப்பேன்' மூச்சுவிடாமல் முடித்தாள் ரேகா.

'என்ன பண்ணுவீங்களோ தெரியாது. அவன் உடல் எடைல பத்து கிலோ எறக்கியாகணும். இதையும் டாக்டர்தான் சொன்னாரு' என்று வழியனுப்பிவைத்தார் டீச்சர்.

அயல் நாட்டில் வேலை பார்க்கும் அப்பா அருகில் இல்லாத குறை தெரியாமல் வளர்க்கவேண்டும் என்ற எண்ணத்தில், குழந்தையின் உடல் நலத்தைக் கெடுத்துவிட்டோமோ' என்று எண்ணிக் கொண்டே ஆபீஸுக்கு விரைந்தாள் ரேகா.

●

அமெரிக்க நரம்பியல் ஆராய்ச்சியாளர்கள் உடல் பருத்த குழந்தை களின் மூளையைப் பரிசோதனை செய்தபோது சில வித்தியாசங் களை உணர்ந்தார்கள்.

அதாவது, மூளையின் முன் பகுதியில் உள்ள, ஆர்பிடோஃப்ரொண்டல் கார்டெக்ஸ் (orbitofrontal cortex) எனும் பகுதிதான் மூளையில் உண்ணும் உணவின் அளவைக் கட்டுப் படுத்தும். இப்பகுதி இயல்பான குழந்தைகளைவிட குண்டான குழந்தைகளுக்கு அளவில் குறைந்து சுருங்கி இருப்பது தெரியவந்தது. இதன் அளவு சுருங்கச் சுருங்க அவர்கள் கட்டுப்பாடின்றி சாப்பிடுவதும் அதிகரிக்கும் என்று ஆராய்ச்சி சொல்கிறது.

இவ்வாறு அளவின்றிச் சாப்பிடும் குழந்தைகளுக்கு உடல் எடை கூட ஆரம்பிக்கும். இதனால் நோய்த் தடுப்பாற்றல் (immunity) உடலில் குறையக் கூடும். இது மூளையில் சில இடங்களில் அழற்சியை (inflammation) தொற்றுவிக்கும். இதனால் மூளையின் சில பகுதிகள் பாதிப்படையலாம். இதனாலும் சாப்பிடும் அளவு அதிகரிக்கும். இப்படி ஒன்றுக்கொன்று சங்கிலித் தொடராக நிகழும்.

மேலும் ஆக்ஸிடாஸின் எனப்படும் ஒரு வகை ஹார்மோன் குறைவதாலும் அவர்களை அதிகம் சாப்பிடத் தூண்டும் என்று கண்டறிந்துள்ளனர். இந்த ஆக்ஸிடாஸின் ஹார்மோன் மனதுக்கு மகிழ்ச்சியையும் நிறைவையும் கொடுக்கும் ஹார்மோன் ஆகும். குறிப்பாக அன்பு, அரவணைப்பு இருக்கும்போது இது மூளையில் அதிகம் சுரக்கிறது. இத்தகைய உணர்வுகள் குறைந்து மன அழுத்தத்தில் இருக்கும் ஒருவர் அளவுக்கதிகமாக உண்பதைப் பார்க்கலாம்.

ஜெர்மனில் இரு குழுக்களுக்கு ஒரு ஆராய்ச்சி மேற்கொள்ளப் பட்டது. அதாவது, மூளையில் இயல்பாகச் சுரக்கும் இந்த ஆக்ஸிடாஸின் செயற்கையாக முதல் குழுவுக்குக் கொடுக்கப்பட்டது.

பின் இரண்டு குழுவுக்கும் காலை உணவு கொடுக்கப்பட்டது. பின் அதே நாளில் மாலையில் அவர்களுக்கு ஸ்நாக்ஸ் கொடுக்கப் பட்டது. ஆக்ஸிடாஸின் கொடுக்கப்பட்டவர்கள் குறைவான அளவே ஸ்நாக்ஸ் எடுத்துக்கொண்டார்களாம். அதாவது, மூளையில் நிறைவைத் தரும் பகுதி இந்த ஆக்ஸிடாஸினால் ஏற்கனவே நிரம்பி வழியும்போது அவர்களுக்கு ஸ்நாக்ஸ் தரும் நிறைவு

அவசியமின்றி இருந்தது. அது மட்டுமின்றி ஒருவருக்கு ஸ்ட்ரெஸ் ஏற்படும் போது, மூளையில் கார்டிசால் (cortisol) எனப்படும் ஹார்மோனின் அளவு அதிகரிக்கும். ஆக்ஸிடாஸின் எடுத்துக் கொண்டவர்களுக்கு, இந்த கார்டிஸாலின் அளவு குறைந்தும் காணப்பட்டதாம்.

உடல் பெருக்க நிலைக்கு (obesity) ஆக்ஸிடாஸினைப் பயன் படுத்துவது குறித்து இன்னும் ஆராய்ச்சிகள் நடந்துவருகின்றன.

மனிதனின் நடுத்தர வயதில் அவனுக்கு ஏற்படும் தொப்பைக்கும் மூளைக்கும் சம்பந்தம் உண்டு. ஆச்சரியமாக உள்ளதா? ஆம். தொப்பையின் அளவு அதிகரிக்கும்போது அவனின் மூளையின் மொத்த அளவு குறைய ஆரம்பிக்கிறது.

வயிறு பெருக்க ஆரம்பிக்கும்போது அது உடலில் அழற்சியைத் தோற்றுவிக்கும். இது உடலில் அழுத்தத்தைக் கொடுத்து மூளையில் தாக்கத்தை ஏற்படுத்தும். மேலும் தொப்பை பெருக்கும் போது மறதி நோய்கள் வர வாய்ப்பதிகம் என்கிறார்கள் மருத்துவ வல்லுநர்கள்.

சரி. வேறு வகையான உணவுப் பிரச்னைகள் என்ன? அவற்றில் மூளையின் நிலைப்பாடு என்ன பார்க்கலாம்?

அ) புலிமியா (bulimia) எனப்படும் மிகைப்பசி

ஆ) அனோரெக்ஸியா (anorexia) எனும் பசியின்மை அல்லது மிகக் குறைவாக உண்ணுதல்.

மிகைப்பசி எடுத்து ஒருவர் அளவுக்கதிகமாக உண்ணும்போது என்னவாகும்? உடல் எடை அதிகரிக்கும். ஆனால், இவர்களுக்கு எடை அதிகரிக்காது. ஆஹா. கேட்கவே நன்றாக இருக்கிறதே என்கிறீர்களா? ஆமாம். ஆனால், இவர்கள் சாப்பிட்டவுடன், வாயில் விரலை விட்டு வாந்தி எடுத்துச் சாப்பிட்டதை வெளியேற்றி விடுவார்கள். ஆமாம். ஆசையை அடக்க முடியாமல் சாப்பிட்டு விடுவார்கள். ஆனால் அதே சமயம், அதனால் ஏறும் கலோரியை யும் வாங்கிக் கொள்ளமாட்டார்கள். இதுதான் புலிமியா ஆகும்.

இது ஒரு வகையான நோயாகும்.

அனோரெக்ஸியா என்பது உடல் எடை அதிகரிக்கப் போகிறதே என்று சாப்பிடாமல் இருப்பது அல்லது மிகக் குறைவாகச் சாப்பிடுதல். இதுவும் ஒரு வகை மன நோயாகும்.

மேலே பார்த்த இவர்களுக்கும் சாதாரணமானவர்களுக்கும் சாப்பிடும்போது மூளையில் என்ன நடக்கிறது? பார்க்கலாம்.

சாதாரண உணவுப் பழக்கம் உள்ளவர்கள் மற்றும் புலிமியா, அனொரெக்ஸியா ஆகிய பிரச்னைகளிலிருந்து வெளிவந்தவர்களின் உணவு முறை ஒரு வருடத்துக்குத் தொடர்ந்து ஆராயப்பட்டது.

இரவுக்குப் பின் மறு நாள் காலை உணவு அவர்களுக்கு வழங்கப்பட்டது.

பின் இவர்களுக்கு, ஒவ்வொரு 20 நொடிக்கும் சர்க்கரை சுவை சிரிஞ் மூலம் நாக்கில் வைக்கப்பட்டது. அப்போது அவர்களது மூளை பரிசோதிக்கப் பட்டது. நம் நாக்கு சர்க்கரையின் சுவையை அறியும்போது மூளையில், 'வெகுமதி' (Reward) க்கான இடம் தூண்டப் படுகிறது. இந்த வெகுமதிக்கான மின் கடத்தி டோபாமைன் (dopamine) ஆகும். இது நிறைவைத் தரும் மின் கடத்தி ஆகும். இனிப்பைச் சுவைக்கும்போது, இது மூளையில் உடனே சுரக்கும்.

இந்த ஆய்வில், சாதாரணமானவர்களுக்கு 'டோபாமைன்' சுரந்து நிறைவுத்தன்மை உணரப்பட்டது. 'புலிமியா'விலிருந்து மீண்டவர்கள் இயல்பானவர்களை விட அதிக நிறைவை உணர்ந்தனர். ஆனால், அனோரெக்ஸியாவிலிருந்து மீண்டு வந்தவர்கள் பதற்றத்தை உணர்ந்தது கண்டறியப்பட்டது.

இனிப்பு சுவையினால் இவர்களுக்கு மட்டும் ஏன் இந்த உணர்வு? மூளையின் அசாதாரணத் தன்மைதான் இவர்களை இம்மன நிலைக்குத் தள்ளுகிறதா?

இது குறித்து நிறைய ஆராய்ச்சிகள் அவசியம்.

12

மூளையும் தூக்கமும்

'இருட்டில் இருப்பது சோகம்
வெளிச்சத்துக்கு வருவது விவேகம்'

நம் தினசரி இயக்கத்தில் தூக்கம் மிக மிக இன்றியமையாதது ஆகும். ஒரு நாள் சாப்பிடாமல்கூட இருந்துவிடலாம். ஆனால் தூங்காமல் இருக்கமுடியாது. அதன் தாக்கம் அதிகமாக இருக்கும்.

ஒரு நாளின் மூன்றில் ஒரு பகுதியைத் தூக்கத்தில்தான் கழிக்கிறோம் நாம். தூக்கம் இல்லாவிட்டால், மூளையில் கற்றல், நினைவுத் திறன், கவன ஈர்ப்பு, கற்பனைத் திறன் எதுவும் நிகழாது. சரியான நேரத்தில் சரியான அளவு தூக்கத்தைப் பெறுவதும் முக்கியம்.

ஓட்டையும் தூசும் அடைந்த வீட்டை நாம், வீட்டில் உள்ளவர்களை வெளியே அனுப்பி விட்டு சுத்தம் செய்வோம் அல்லவா? அது போல, நாம் விழித்துக் கொண்டிருந்தபோது சேர்த்த குப்பைகளை நாம் தூங்கும்போது மூளை களைந்து கொள்கிறது.

மூளை ஒழுங்காக இயங்குவதற்கும் மூளை செல்கள் ஒன்றோடொன்று இணைப்பை ஒழுங்காக ஏற்படுத்திக் கொள்வதற்கும் தூக்கம் அவசியம்.

சரியான தூக்கம் இல்லாவிட்டால், ரத்த அழுத்தக் கோளாறுகள், இருதயக் கோளாறுகள், நீரிழிவு நோய், மன அழுத்தம் மற்றும் உடல் மிகைப் பெருக்கம் (obesity) ஆகிய நோய்கள் வரும் வாய்ப்பதிகம் என ஆராய்ச்சிகள் கூறுகின்றன.

மூளையின் பல்வேறு பகுதிகள் தூக்கத்தால் தூண்டப்படுகின்றன. மூளையின் உள் பகுதியில் கடலை வடிவில் இருக்கும் பகுதிக்கு 'ஹைப்போ தாலமஸ்'என்று பெயர். இதில் உள்ள ஒரு பகுதி நரம்பு செல்கள் அல்லது நியூரான்கள் தூக்க-விழிப்பு சைக்கிளைக் கொண்டு வருவதில் முக்கிய பங்கு வகிக்கின்றன.

அதுபோல, மூளையின் கீழ்ப்பகுதியில் இருக்கும் மூளைத்தண்டும் தூக்க-விழிப்புச் சுழற்சியில் முக்கிய பங்கு வகிக்கிறது. இவ்விரண்டு பகுதிகளும் காபா (GABA) எனும் வேதிப் பொருளைச் சுரக்கின்றன.

மூளையின் இரண்டு அரைக் கோளங்களுக்குள்ளே இருக்கும் பினீல் க்ளேண்ட் (pineal gland) ஹைப்போ தாலமஸ்ஸிலிருந்து சமிக்ஞை பெற்று 'மெலடோனின்' (melatonin) எனும் ஒரு ரசாயனத்தை வெளியேற்றுகிறது. இந்த மெலடோனின்தான் இருட்டிய பிறகு தூக்கத்தை வரவழைக்கும் வேதிப்பொருளாகும். பார்வை இழந்தவர் களும் தூக்க-விழிப்பு சைக்கிள் இயல்பாக இல்லாதவர்களும் இந்த மெலடோனினை மாத்திரையாகத் தினமும் குறிப்பிட்ட நேரத்தில் எடுத்துவந்தால் சரியான தூக்கம் கிடைக்க வாய்ப்புண்டு.

மூளையின் முன் மற்றும் அடிப்பகுதியும் தூக்கத்தைக்கொண்டு வருவதில் பங்கு வகிக்கின்றன. இப்பகுதியிலிருந்து வெளி வரும் ரசாயனமான அடனோஸைன் (adenosine) னும் தூக்கத்துக்குக் கை கொடுக்கிறது. தூக்கத்தைத் தவிர்க்க காபி, டீ எடுத்துக் கொள்ளும் போது, இதில் உள்ள காபீன் (caffeine) இந்த அடெனொஸைனின் வெளிவரும் பாதையைத் தடை செய்கிறது.

தூக்கத்தின் நிலைகள்:

தூக்கத்தின் நிலைகள் அடிப்படையாக இரண்டு வகைப்படும். அவை,

வேகக் கண்ணசைவு உறக்கம் (rapid eye movement sleep - REM)

வேகக் கண்ணசைவற்ற உறக்கம் (Non rapid eye movement sleep-NREM)

இந்த ஒவ்வொரு நிலையும் மூளையின் குறிப்பிட்ட அலை நீளம் மற்றும் நியூரான்களின் இயக்கம் ஆகியவற்றுடன் தொடர்புடையது.

நாம் இரவு தூங்கும்போது, இவ்விரு நிலைகளிலும் மாறி மாறி இருக்க வேண்டியது அவசியம். ஆனாலும் இதன் நிலைகளையும் தன்மையையும் கீழ்க்கண்டவாறு வரையறுத்துள்ளார்கள்.

அ) முதல் நிலை :

நாம் வேலைகளை முடித்துவிட்டுத் தூங்கச் சென்று, படுத்துக் கண்களை மூடியவுடன், தூக்கம் கண்களைத் தழுவ ஆரம்பிக்கும் அல்லவா? அப்போது வேகக் கண்ணசைவற்ற உறக்கம் இருக்கும். இப்போது, நம் ரத்த அழுத்தம் இறங்கும். இருதயத் துடிப்பு குறையும். தசைகள் தளர்வாகும். கண்ணசைவின் வேகம் குறையும். மூளையில் மின் அலைகளின் வேகம் குறையும். பகலில் இருந்த மின் அலை வேகத்தைவிடக் குறைய ஆரம்பிக்கும். இந்நிலை சில நிமிடங்கள்தான் நீடிக்கும்.

ஆ) நிலை 2 :

இது ஆழ் நிலை தூக்கத்துக்குச் செல்லும் முந்தைய நிலை. சுவாசத்தின் வேகம் குறையும். இதயத் துடிப்பின் வேகம் முன்பை விடக் குறையும். உடல் வெப்ப நிலை குறையும். கண் இயக்கம் நின்றுவிடும். மூளை மின் அலை வேகம் இன்னும் குறையும். நம் தூக்கத்தின் பெரும்பாலான பகுதி இந்நிலையிலேயே இருக்கும்.

இ) நிலை 3 :

வேகக் கண்ணசைவற்ற உறக்கம்தான் உங்களைக் காலையில் புத்துணர்ச்சியுடன் எழ வைக்கும். தூக்கத்தின் முதல் பாதியில் இந்நிலை இருக்கும். இதில்தான், ஒருவரை எழுப்ப முடியாத வண்ணம் அசந்து தூங்குவார். மூளையின் மின் அலைகளின் வேகம் மிக மெதுவாக இருக்கும்.

ஈ) நிலை 4 :

நாம் தூக்கத்தில் ஆழ்ந்தவுடன் 90 நிமிடங்கள் கழித்து இந்த, வேகக் கண்ணசைவு உறக்கமான REM உறக்க நிலை ஏற்படுகிறது. மூடிய கண்களுக்குள்ளே விழிகள் வேகமாக அங்கும் இங்கும் பெண்டுலம் போல அசைந்தாடும். நம் பெரும்பாலான கனவுகள் இத்தூக்க நிலையில்தான் ஏற்படும். இந்நிலையில் நம் கை, கால்கள் அசைவற்று இருக்கும். நாம் எழும் நேரம் நெருங்க நெருங்க, மூளையின் மின் அலைகளின் வேகம் கூடும். இதயத் துடிப்பு அதிகரிக்கும். ரத்த அழுத்தம் உயரும்.

ஹைப்போ தலமஸ்ஸின் 'சிர்காடியன் லயம்' (Circadian rhythm) தான் நாம் உடலோடு கட்டிக் கொண்டிருக்கும் கடிகாரம் ஆகும். இதுதான் நம்மை இரவு தூங்க அனுப்பி, காலை எழுப்பிவிடும் வேலையைச் செய்கிறது.

இது எப்படி நடக்கிறது? நம் விழித்திரையிலுள்ள சில ஸ்பெஷல் நியூரான்கள் வெளிச்சத்தை உள் வாங்கி மூளைக்கு இது இரவா அல்லது பகலா என்று உணர்த்துகின்றன. இது தூக்க-விழிப்பு நிலையை முன்கூட்டி வரச் செய்யவோ தள்ளிப் போடவோ திறம் பெற்றது. அதனால்தான் அதிக வெளிச்சத்தில் அதிக நேரம் வேலை செய்யும்போது தூக்கம் வருவதில்லை.

இரவு நேரம் வேலை செய்பவர்களுக்கு, படுக்கைக்குச் செல்லும்போது தூக்கம் வரத் தாமதமாகும். அதே நேரம் பகல் நேரம் விழித்திருப்பதும் அவர்களுக்குக் கடினமாகும். ஏனெனில், அவர்களின் இயற்கை சிர்காடியன் லயம் தொந்தரவுக்குள்ளானதே இதற்குக் காரணம். அதே போல்தான், நாடு விட்டு நாடு, குறிப்பாகக் கண்டம் விட்டுக் கண்டம் விட்டுப் பறப்பவர்கள், முதலில் சிரமப் படுவது 'ஜெட் லாக்' எனப்படும் இந்தத் தூக்க விழிப்பு நிலைக்குத்தான்.

வயது ஏற ஏற, தூக்கத்தின் அளவும் அமைப்பும் மாறுபடுகிறது. இது ஒவ்வொருவருக்கும் வேறுபடும். குழந்தைகள் ஒரு நாளில் 16-18 மணி நேரம் தூங்குவார்கள். இது மூளை வளர்ச்சிக்கு இன்றியமையாததாகும்.

பள்ளி செல்லும் வயதில் இது 9 மணி நேரமாகக் குறைகிறது. 20 வயதுக்கு மேல் 7-9 மணி நேரம் தூங்கினால் போதுமானது. ஆனால், 60 வயதுக்கு மேல் தூக்கத்தின் அளவு குறைய ஆரம்பிக்கும். வயதானவர்கள் எடுத்துக்கொள்ளும் மருந்துகளினாலும் தூக்கம் பாதிக்கப்படும். பொதுவாக, இப்போதெல்லாம், வேலை, படிப்பு, பொழுது போக்கு எனத் தூக்கத்தைக் குறைத்துக் கொள்வது வழக்கமாகி விட்டது. அவர்கள் அதனை வார இறுதியில் சமன் செய்வதாக நினைத்துக் கொள்வார்கள்.

ஆனால், அது போதுமானதாக இருக்காது.

சரியான தூக்கம் இல்லாவிட்டால், கவனச் சிதறல், தலை வலி, மன அழுத்தம், சிடுசிடுப்பு எனப் பலவேறு பிரச்னைகள் இருக்கும். குறிப்பாக மன நலன் பெரிதும் பாதிக்கப்படும்.

தூக்கம் இல்லாததனால் சில வியாதிகள் ஏற்படுகின்றனவா? அல்லது இவ்வியாதிகளினால் தூக்கம் இல்லையா என்ற ஆராய்ச்சிகள் நடை பெற்று வருகின்றன.

13

மூளையும் முதுமையும்

'முதியவர்களுடைய வருத்தம் தோல்வி
இளைஞர்களுடைய கனவுகள் வெற்றி'

'தாத்தாவப் பார்க்கப் போறோம். அவரிடம் பேச எத்தனையோ விஷயங்கள் மனதுக்குள் உருண்டோடின ராகுலுக்கு.

தாத்தாவுக்கு கம்ப்யூட்டரில் பரிச்சயம் இல்லை. அவ்வப்போது போனில் பேசுவதுடன் சரி.

அதுவும் வேலை நெருக்கடியில் குறைந்து விட்டது.

ஆம்... ஒன்றா ரெண்டா கிட்டத்தட்ட 5 வருடங் களுக்குப் பிறகு பார்க்கப்போகிறோம். அமெரிக்கா சென்ற பிறகு இந்தியா வருவது இதுவே முதன் முறை.

அவருக்கு அறிவியல் பிடிக்கும். கடந்த மாதம் 'நாசா' விண்வெளி ஆராய்ச்சி நிலையத்துக்குச் சென்று வந்ததை விவரிக்கவேண்டும், நினைத்துக் கொண்டான் ராகுல்.

பல்வேறு நினைவுகளுக்கிடையே வீடு வந்து சேர்ந்தான். அவனுக்கு ஏக வரவேற்பு. தாத்தாவுக்கு ஆசை ஆசையாய் வாங்கி வந்த சட்டை, வாட்ச் எல்லாம் கொடுத்தான்.

ஓரிரு நாட்களுக்குப் பிறகு, 'ஏம்மா, தாத்தா முன்ன மாதிரி இல்ல?' உமாவிடம் கேட்டான்.

'ஏன் அப்படி கேக்கற?'

முன்னாடிலாம் ஒரு தடவ சொன்னாலே போதும். உடனே புரிஞ்சுப்பாரு. இப்ப சொன்னதையே திருப்பித் திருப்பிச் சொல்ல வேண்டியிருக்கு. அப்படிக் கஷ்டப்பட்டுப் புரிஞ்சாலும் அதுக்கு சரியான பதிலும் வர மாட்டேங்குது' என்றான்,

'காதுக்கெல்லாம்கூட டெஸ்ட் பண்ணிப் பாத்தாச்சு. அதுலல்லாம் எந்தக் குறையும் இல்லனு சொல்லிட்டாங்க டாக்டர்' என்றாள் உமா.

ராகுலின் தாத்தாவுக்கு உண்மையில் என்ன பிரச்னை? பார்க்கலாம்.

வயது ஏற ஏற 'பிராஸ்ஸிங்' எனும் மூளையின் செயலில் தொய்வு ஏற்படுவது இயற்கை. அது என்ன பிராஸஸிங்?

மூளை ஒரு தகவலை உள் வாங்கிக்கொண்டு, அதனை நியூரான்களின் உதவியால் மூளையின் பல்வேறு பகுதிகளுக்கும் அனுப்பி, பதிய வைத்துக்கொள்வதும் தகுந்த முடிவெடுப்பதுமே பிராஸ்ஸிங் ஆகும்.

சிறு வயதில் இதன் வேகம் அதிகமிருக்கும். நடு வயதைக் கடந்த பிறகு, மெல்ல மெல்ல இதில் தொய்வு ஏற்படும். குறிப்பாக வயது ஏற ஏற ஒரு தகவலை உள் வாங்கிக்கொள்ளவே அதிக நேரம் பிடிக்கும்.

அதனை மனதில் நிறுத்தி முடிவெடுப்பது கடினமான நிகழ்வாகும். இள வயதில் பல இக்கட்டான கட்டத்தையும் எளிதாகக் கையாண்டு இருப்பீர்கள். சமயோசிதமாகச் செயல்பட்டிருப்பீர்கள்.

ஆனால், ஒரு சின்ன விஷயமே இப்போது உங்களைப் பாடாய்ப் படுத்தும். இது ஒருவருக்கொருவர் வேறுபடும். ஏன்? அப்படி மூளையில் என்ன நிகழ்கிறது? பார்ப்போம்.

மூளையில் வெள்ளை நிறத்திலிருக்கும் திசுக்களான 'மூளை வெண் திசு' (white matter) என்று ஒன்று இருக்கிறது. அப்படி என்றால் என்ன? பார்க்கலாம்.

இப்பகுதிதான் நம்மைச் சிந்திக்க வைத்து, செயல்பட வைக்கும் பகுதி. இது மூளையின் ஆழ்பகுதியில் உள்ளது. லட்சக்கணக்கான ஆக்ஸான் இழைகள் ஒன்றோடொன்று பின்னிப் பிணைந்து மூளையின் ஒரு பகுதியிலிருந்து மற்றொரு பகுதிக்குத் தகவல்களை எடுத்துச் செல்லும்.

அது மட்டுமின்றி முதுகுத் தண்டுக்கும் தகவலை எடுத்துச் செல்லும். மேலும் நரம்புக்கு சமிக்ஞை கொடுத்து ஒருவருக் கொருவர் பேச்சைத் தூண்டும்.

இந்தப் பகுதியின் ஆக்ஸான் இழைகளின் நாளங்கள் நாளாவட்டத்தில் கிழிந்து பழுதடைகின்றன. இதனால் ஒன்றுக்கொன்று எளிதில் தொடர்பு ஏற்படுத்த முடிவதில்லை. அங்கங்கே அறுபட்டு வெற்றிடமாக உள்ளது.

இந்தப் பகுதி பழுதடைவதால், நம்மால் சிந்திக்க முடியாது. தகவல்களை உள் வாங்கிக்கொள்ள முடியாது. நேராக நடக்க முடியாது. நிலை தடுமாறி விழ வாய்ப்புண்டு.

இது பெரும்பாலும் மிக வயதானவர்களுக்கு வரும் வாய்ப்பதிகம்.

எதனால் ஏற்படுகிறது?

இருதயப் பிரச்னைகள், பக்கவாதம் ஆகியவற்றுக்குக் காரணமான ரத்த நாளங்களில் ஏற்படும் பிரச்னைகள் இதற்குக் காரணமாகலாம். அது மட்டுமின்றித் தலையில் ஏற்படும் காயம், நீண்ட கால உயர் ரத்த அழுத்தம், நீரிழிவு நோய், நடுக்கு வாதம் எனப்படும் பார்க்கின்ஸன்ஸ் நோய், உயர் கொழுப்பு, புகைப்பழக்கம் ஆகியவையும் காரணமாகலாம்.

இது பெண்களுக்கும் வர வாய்ப்பு அதிகம்.

பரம்பரையாகவும் இந்நோய் வர வாய்ப்பு அதிகம்.

இதன் அறிகுறிகள் என்ன?

புதிதாய் ஒன்றைப் படிக்க, நினைவில் கொள்ள இயலாமை

புதிர், கணக்குகளை விடுவிக்க இயலாமை

மிக மெதுவாகச் சிந்தித்தல்

சிறுநீர் ஒழுகுதல்

மனச்சோர்வு மற்றும் மன அழுத்தம்

நடப்பதில் பிரச்னை

நிலை தடுமாறுதல்

அடிக்கடி விழுதல்

அல்சைமர் நோய் எனப்படும் மறதி நோய்க்கும் இதற்கும் வித்தியாசம் உண்டு. ஆனாலும் இது போன்ற பிரச்னைகள் நோயில்லாத ஒரு முதியவருக்கும் தோன்ற வாய்ப்புண்டு.

இதனை (PET, CT) எனும் சோதனை மூலம் அறிந்து கொள்ளலாம்.

சரியான உணவு, உடற் பயிற்சி மற்றும் மூளைக்குக் கொடுக்கும் வேலை மூலம் இதனை வர விடாமல் தடுக்கலாம். வந்து விட்டாலும் தீவிர பாதிப்புக்கு ஆளாகாமல் இருக்கலாம்.

14

ஆண் மூளை,
பெண் மூளை

'ஆணோ பெண் ஆதிக்கம்
ஆண்மையோ பெண்மைக்குள் அடக்கம்'

சின்னச் சின்னச் சண்டை, சச்சரவு என்று ஆரம்பிக்கும். பிறகு, ஒருவரை ஒருவர் பார்த்தாலே பிடிக்கவில்லை என்பார்கள். தொட்டதற் கெல்லாம் இருவரும் குற்றம் கண்டுபிடிப்பார் கள். கடைசியில் அது விவாகரத்தில்தான் முடியும்.

ஸ்ட்ரெஸ், டென்ஷன், நேரமின்மை என்று பல்வேறு காரணங்களால் கணவன் மனைவி இருவரும் ஒருவரை ஒருவர் புரிந்துகொள்ளாமல் போவதே இதற்கு முக்கிய காரணம். புரிந்து கொள்தல் என்றால் என்ன? ஆண் பெண்ணை யும் பெண் ஆணையும் புரிந்துகொள்ள வேண்டும். சரி.

எங்க வீட்லயும்தான் அண்ணன் தம்பி அப்பானு ஆம்பிள்ளைங்க நிறைய இருந்தாங்க. அவங் களோடல்லாம் ஒத்துப்போலயா. இந்த மனுஷனோட மட்டும் ஒத்துப்போக வேமாட்டேங்குது என்று மனைவி தலையில்

அடித்துக் கொள்வாள். நானும் அக்கா தங்கச்சியோடதான் பொறந்தேன். இவள மட்டும் புரிஞ்சுக்கவே முடியலயே என்று வேதனைப்படுவான் கணவன்.

ஆண் எப்படி இருப்பான். பெண் எப்படி இருப்பாள். பொத்தாம் பொதுவாக, அவர்களுக்கு ஏதாவது வரைமுறை இருந்தால் வேலை ஈஸியாகிவிடும் என்று நினைக்கிறீர்களா? மிகச் சரி.

அதற்கு அவள் அல்லது அவனை வழி நடத்திச் செல்வது சிந்தனை. அச்சிந்தனை உதிக்கும் மூளையை ஆராயலாமா? அப்படி ஆராய்ந்ததில் கிடைத்த அரிய தகவல்களை நம் வாழ்க்கை முறை எடுத்துக்காட்டுகளையே மேற்கோள்காட்டி அலசலாமா?

இனி வரும் அத்தியாயங்கள் மூலம் ஆண் பெண்ணையும் பெண் ஆணையும் எளிதில் புரிந்துகொள்ளலாம். இதுவரை வியட்நாம் வீடாக இருந்த வீட்டில் வசந்தம் வீசலாம். விவாகரத்து யோசனை ரத்தாகலாம். கோர்ட் படி ஏறியிருந்தால் ஜகா வாங்கலாம். மருத்துவ ரீதியாக ஆண் பெண் மூளையை ஆராயும் இந்த அத்தியாயங்கள் மொத்தத்தில் சமுதாய முன்னேற்றத்துக்கு உதவும் ஓர் அரிய பகுதி என்றே சொல்லலாம்.

ஆணும் பெண்ணும் சரி நிகர் சமானம் என்றெல்லாம் சொல்லலாம். அறிவியல் ரீதியாக மருத்துவ ரீதியாக ஆராயும்போது ஆண் மூளையும் பெண் மூளையும் அப்படி இல்லை. எப்படி வேறு படுகிறது? அதன் தாக்கம் செயல்களில் எப்படி பிரதிபலிக்கிறது என்று தெரியவரும்போது நிஜமாகவே ஆச்சரியம் மட்டுமே மிஞ்சும்.

இதனைப் படிக்கும் கணவன் அப்பிடியே 'ஒன்னப் பத்திதான் போட்டுருக்கு' என்று மனைவியிடமும், 'அப்பிடியே ஓங்க கொணத்த புட்டுப் புட்டு வெச்சுருக்காங்க' என்று மனைவி கணவனிடமும் சுட்டிக்காட்டப்போவதில் சந்தேகமில்லை.

ஏன் பதிலே சொல்ல மாட்டேங்கறீங்க?

அன்று இரவு ஆபீஸிலிருந்து வீடு திரும்பிய குமார் குளித்து சாப்பிட உட்கார்ந்தான். சாப்பாடு பரிமாறிக்கொண்டே சுசீலா மெதுவாக ஆரம்பித்தாள்.

என்னங்க?

ம்...

காலைல நான் சொன்னத யோசிச்சுப் பாத்தீங்களா?

என்ன சொன்ன?

ம்... என்னவா?

காலங்காத்தால கை வேலையெல்லாம் போட்டுப்புட்டு அரை மணி நேரமா ஓங்க கிட்ட கத்திட்டு இருந்தேனே. ஓங்கம்மா பண்றது கொஞ்சம்கூட சரியில்ல. இங்க ரெண்டு பசங்கள வெச்சுட்டு திண்டாடிட்டு இருக்கேன். இப்ப பாத்தா ஓங்க பெரியப்பாக்குக் கண் ஆபரேஷன்னு இங்க அனுப்பணும். ஏன் பெரிய மருமகளுக்கு பிக்கலா பிடுங்கலா அங்க அனுப்ப வேண்டியதுதான். எல்லாத்துக்கும் நான்தான் கிள்ளுக்கீரையாப் போயிட்டேன். முந்தானையில் மூக்கைச் சிந்தினாள்.

குனிந்த தலை நிமிராமல் சாப்பிட்டு எழுந்தான் குமார்.

காலைல சொன்னத அம்புட்டும் இப்பவும் ஒரு பாடம் சொல்லி அழுதாச்சு. காலைல கைல பேப்பர எடுத்தா இந்திர லோகமோ சந்திர லோகமோனு அப்பிடியே மூழ்கிடறீங்க. சுனாமியே வந்தாலும் தெரியாது. அப்பிடி அந்த பேப்பர்ல என்னதான் இருக்கோ எனக்குத் தெரியல.

ராத்திரியானா சாப்பிட்டுப் படுத்தா போதும்னு இருக்கு. குடுத்து வெச்ச ஜென்மம்தான். என்னால அப்பிடி இருக்க முடியலயே. எல்லாம் என் தலை எழுத்து.

வேற என்னத்தச் சொல்ல. காலியான பாத்திரத்தை டம்மென்று சிங்கில் விட்டெறிந்து தன்கோபத்தைத் தணித்துக் கொண்டாள் சுசிலா.

இதற்கு என்ன காரணம்? அறிவியல் ரீதியாகப் பார்க்கலாமா?

நம் வீட்டிலேயே பார்த்திருப்போம். பெண் குழந்தை சீக்கிரமே பேச ஆரம்பித்து விடும். சில சமயம் அம்மா என்பதற்கே ஆண் குழந்தைக்கு மூன்று வயது கூட ஆகிவிடும். மூன்று வயது பெண் குழந்தை மூன்று வயது ஆண் குழந்தை பேசும் வார்த்தைகளைவிட இரு மடங்கு அதிகமாகவும் அர்த்தமாகவும் பேசும் . என் பையனுக்கு இன்னும் பேச்சே வரல என்று குறைப்பட்டுக் கொள்ளும் பெற்றோர்கள்தான் அதிகம்.

மூளையின் இடது பகுதியில் மிகச் சிறிய பகுதிகளை மட்டுமே ஆண் பேசுவதற்கு உபயோகிக்கிறான். அதனால்தான் வார்த்தை களைத் தேட வேண்டியிருக்கிறது அவனுக்கு. மெதுவாகத்தான் பேசவே ஆரம்பிப்பார்கள். கேள்வி கேட்டாலும் ஆண் குழந்தைகளிடமிருந்து ஒற்றை வார்த்தையில்தான் பதிலும் வரும்.

ம்.. வரேன். ஆமாம். சரி. இது போன்ற மணிரத்ன பட ஒற்றை வரி வசனம் அவர்கள் வாழ்நாள் முழுவதும் தொடரும். பாவம் அவர்கள் என்ன செய்வார்கள். அவர்களது மூளையின் அமைப்பு அப்படி.

ஆண்களை அதிகம் பேசச் சொல்லி வம்பிழுத்தால் அதன் பலனை அனுபவிக்கப் போவது பெண்கள்தான். ஆகவே பெண்களே இந்த விஷயத்தில் விட்டுக் குடுத்துவிடலாமே. இது மட்டுமல்ல குமாரின் மவுனத்துக்குக் காரணம். சுசிலா அவனிடம் தன் குறையைக் கொட்டித் தீர்த்த இரு நேரமுமே மிகத் தவறு.

என்ன விளையாட்டா இருக்கா? 'நாள் பூராம் வெளில இருக்கற மனுஷன் கிட்ட அப்புறம் எப்போ பேசறதாம்னு' நீங்க சொல்றது காதுல விழுது. அதை அறிவியல்ரீதியா விளக்குகிறேன்.

கார்பஸ் கொலாஸத்தின் பாரபட்சம்

உலகம் முழுக்க நடத்திய கருத்துக் கணிப்பில் பெண்கள் தெரிவித்தது என்னவென்றால், ' என் கணவன் புத்தகமோ செய்தித்தாளோ படித்துக் கொண்டிருக்கும்போது நான் என்ன சொன்னாலும் அவரால் முழுமையாகப் புரிந்துகொள்ள முடியவில்லை' என்ற குற்றச்சாற்றுதான்.

குமார் மட்டும் எப்படி அதிலிருந்து தப்பிக்க முடியும்?

உடைக்கப்பட்ட தேங்காயின் இரு மூடிகளைப் போல வலது அறைக் கோளம், இடது அறைக் கோளம் என்று இரண்டு பிரிவுகளாக மூளை பிரிக்கப்பட்டுள்ளது. இந்த இரண்டு அறைகோளத்திலும் சிறு சிறு அறைகள் உண்டு. ஒவ்வொரு அறைக்கும் ஒவ்வொரு வேலை உண்டு. அது மட்டுமின்றி இவ்விரண்டு அறைகளும் ஒன்றோடொன்று இணைந்தும் வேலை பார்க்கும். எப்படி அது?

'கார்பஸ் கொலாஸம்' எனும் நரம்பிழை நார்கள் இவ்விரண்டையும் இணைக்கிறது. அதனால் கட்டளைகளை வலது அறை இடதுக்கும் இடது அறை வலதுக்கும் பெற்றுக்கொண்டு செயல்படுகிறது.

இது ஆணுக்குப் பெண்ணை விட 10% மெல்லியதாகக் காணப்படும். அது மட்டுமின்றி இவ்விரண்டு அறைக்குமான தொடர்பும் 30% ஆணுக்குக் குறைந்து இருக்கும். அதனாலென்ன?

காதுக்கும் தோளுக்கும் இடையே செல்லை சொருகிக்கொண்டு தலையைச் சாய்த்துக் கொண்டு பேசிக்கொண்டிருப்பாள். இரு

கையும் அடுப்பில் வேலை பார்த்துக் கொண்டிருக்கும். வாசல்ல எவ்வளவு நேரமா பெல் யார்னு பாக்கக்கூடாதா? என்பாள். இதற்கிடையே பாடத்தைத் தப்பாய் ஒப்பிக்கும் பிள்ளையைத் திருத்துவாள்.

அஷ்டாவதானிதான் அந்தத் தாய். ஒவ்வொரு வீட்டிலும் அரக்கப் பரக்க ஓடும் காலைவேளையில் இந்தக் காட்சி தவறாத ஒன்றுதான்.

இதே அந்த வீட்டு ஆண் என்ன செய்வார்? டிவி பார்த்துக் கொண்டிருக்கும்போது போன் வந்தால் அவர் செய்வது முதலில் டிவியை அணைப்பதுதான். அதேபோல் பேப்பர் படிக்க உட்காரும்போது முதலில் டிவியை அணைத்துவிடுவார். ஒரு சமயத்தில் ஒரு விஷயத்தில்தான் கவனத்தைக் குவிக்கமுடியும் அவரால்.

இப்படி பேசிட்டே வந்தா ரூட் தப்பாம என்ன பண்ணும்? பாரு மூணாவது ரைட் எடுக்க ரெண்டாவது ரைட் எடுத்துட்டேன் கொஞ்சம் வாய மூடிட்டு வாயேன் சுதா என்று சலித்துக் கொள்வார் கார் ஓட்டும் போது.

இப்பதான் ஒனக்கு பேச நேரமா? இங்க பாரு என்று ஷேவ் செய்து கொண்டிருக்கும்போது கன்னத்தில் கட் செய்து கொண்டு முறைப்பார்.

ஒரு ஆண் ஆழ்ந்து ஏதாவது வாசித்துக்கொண்டிருக்கும்போது அவனது மூளையைப் பரிசோதித்தால் இதற்கு விடை கிடைத்து விடும். என்ன ஆச்சரியமாக இருக்கிறதா? அவ்வாறு பரிசோதித்துப் பார்த்தபோது படிக்கும் நேரம் மட்டும் கிட்டத்தட்ட அவன் செவிடாக இருப்பதாக ஆராய்ச்சி அறிவிக்கிறது.

அதே சமயம் தூங்கும்போதுகூட பெண்ணின் மூளை ஆண் மூளையை விட 30% அதிக சுறுசுறுப்பாக இருக்கிறதாம். அதனால் தான் ஆழ்ந்து தூங்கும்போதுகூட கணவனின் குறட்டையையும் மீறிக் குழந்தையின் சிறு சிணுங்கலையும் கண்டுகொள்ள முடிகிறது அவளால்.

இப்போது புரிகிறதா ஏன் இப்போது பேசி பிரயோஜனம் இல்லை என்று. அதனால்தான் கவனத்தைக் குவித்து வேலை செய்யும் தொழில் நுட்பக் கலைஞர்களெல்லாம் பெரும்பாலும் ஆண்களாக இருக்கிறார்கள். ஒரே சமயத்தில் பல வேலை செய்யும் ஆபீஸ் செகரெட்டரியாக பெரும்பாலும் பெண்களாக இருக்கிறார்கள்.

சரி. ஆபீஸிலிருந்து திரும்பிய பிறகும் பேச மாட்டாங்களா? ஏன்? அதையும் பார்க்கலாம்.

அரை மணி அவகாசம் ப்ளீஸ்

வியர்க்க விறுவிறுக்க வீட்டுக்குள் நுழைந்த பாஸ்கர் சட்டை பட்டனைக் கழட்டி விட்டுக்கொண்டே சோபாவில் பொத்தென விழுந்தான். டிவி ஓடிக்கொண்டிருந்தது. அதை வெறித்தபடி அப்படியே கிடந்தான்.

என்னங்க இன்னைக்கு நம்ம அபார்ட்மெண்டுல என்ன நடந்தது தெரியுமா? வழக்கம்போல நீட்டி முழக்கிக்கொண்டு ஆரம்பித்தாள் சுமதி.

சுவாரசியமின்றி கடனே என்று கேட்டு முடித்தான்.

'அப்பா எனக்கு ஸ்டார் குடுத்தாங்க எங்க டீச்சர்' திவ்யா குட்டி ஓடி வந்தாள். ம்.. வெரி குட் என்றபடி சிலையாய் இருந்தவனை முறைத்தாள் சுமதி. கொழந்த என்ன ஆசையா வந்து சொல்லுது இப்பிடி ஜடமா இருக்கீங்களே. சரி. டிபனுக்கு என்ன சட்னி அரைக்க? தேங்காயா? வெங்காயமா?

டிவியிலிருந்து கண்ணை எடுக்காமல் வெங்காயமே அரைச்சுடு என்றான்.

குளித்துச் சாப்பிட உட்கார்ந்தவன், என்ன சுமதி தக்காளி சட்னி வெச்சுருப்பனு பார்த்தேன் என்றான்.

'ஓங்க கிட்ட கேட்டுதான செஞ்சேன். நெனப்பெல்லாம் ஆபீஸ்லயே இருந்தா நான் என்ன பண்ண? இங்க ரெண்டு பேர் ஓங்கள நம்பி இருக்கோம் ஞாபகம் இருக்கட்டும்' கடுகடுத்தாள் சுமதி.

எல்லா ஆண்களும் இப்படித்தானா? ஆமாம். என்ன காரணம் பார்க்கலாம்.

ஓய்வின்றி உழைத்து ஓய்ந்த ஒரு நாளின் இறுதியில் ஆண்களால் உடனே பேச முடியாது. அரை மணி ஓய்வு தேவை. அதற்குப் பிறகுதான் அவனால் வார்த்தைகளை நன்கு உபயோகிக்க முடியும். ஏன்?

லட்சக்கணக்கான ஆண்டுகளாய்த் தொடர்ந்த அவனது மூதாதையரின் செயல் தாக்கம்தான். ஆச்சரியமாக இருக்கிறதா?

பூமி தோன்றி லட்சக்கணக்கான ஆண்டுகளாகிவிட்டன. கற்கால மனிதன் என்ன செய்வான்? வேட்டைக்குச் செல்வான். காட்டிலும் மேட்டிலும் அலைந்து திரிந்து, மாமிசத்தைக் கொண்டு இருப்பிடம் சேரும்போது கிட்டத்தட்ட இருட்டிவிடும். மழையும் குளிரும் வாட்டி எடுத்தாலும் வேட்டைக்குச் செல்லவேண்டும். குடும்பத்துக்கு உணவு கொண்டு வரவேண்டும்.

இருப்பிடம் வந்து சேர்ந்தவுடன் அவன் வேலை முடிந்துவிடும். குளிருக்கு இதமாக நெருப்பை மூட்டி அனைத்து ஆண்களும் உட்கார்ந்துவிடுவார்கள். என்ன செய்வார்கள்? ஒன்றும் செய்ய மாட்டார்கள். நெருப்பை வெறித்துப் பார்த்தபடி உட்கார்ந்திருப்பார் கள். இப்படி சில மணிகள் கழித்த பிறகுதான் அன்றைய பொழுது தான் சந்தித்த சவால், நெருக்கடி, வேட்டையாடிய விதம் இவற்றைப் பகிர்ந்து கொள்வார்கள். அப்போதுதான் அவர் களுக்குப் பேச முடியும்.

காலம் உருண்டோடிவிட்டாலும் மூளையின் அமைப்பில் எந்த மாறுதலும் இல்லை. அன்று வேட்டைக்குப் போனான். இன்று ஆபீஸுக்குச் செல்கிறான். வித்தியாசம் அவ்வளவே.

சாப்பிட்டு ஒரு மணி நேரத்தில் மெதுவாக ஆரம்பிப்பான். 'இன்னைக்கு எங்க மேனேஜர எப்பிடி டீல் பண்ணினேன் தெரியுமா? ரொம்ப நாளா இம்சை கொடுத்துட்டுருந்த கஸ்டமர எப்பிடி ஸ்மூத்தா ஹேண்டில் பண்ணினேன் தெரியுமா?' என்றெல்லாம் லிஸ்ட் போடுவார்.

ஒங்களுக்கென்ன, இப்ப கொறட்ட விட்டுருவீங்க, நாளைக்கு டிபன், சாப்பாடு என்னனு யோசிச்சுட்டுருக்கேன் கொழப்பாதீங்க. கொஞ்சம் பேசாம இருங்க என்பாள் மனைவி.

இப்போது புரிகிறதா? வேலையிலிருந்து வந்த ஆணுடன் உடனே பேசி பிரயோஜனம் இல்லை என்று.

ஆண் ஏன் சேனலை மாற்றிக்கொண்டேயிருக்கிறான்?

'அம்மா அப்பா வந்தாச்சு' ராகுல் ஓடி வந்தான்.

'என்னடா சொல்ற?' டிவியிலிருந்து கண்ணெடுக்காமல் கேட்டாள் வனிதா.

'நெஜமாத்தாம்மா. வண்டிய நிறுத்திட்டு பக்கத்து வீட்டு அங்கிள்ட்ட பேசிட்டுருக்காரு'.

எப்படி இவ்வளவு சீக்கிரம் வந்தாரு? வழக்கமா இந்த சீரியல் முடிஞ்சு அரை மணி நேரம் கழிச்சுதான வருவாரு.

அவள் விரும்பிப் பார்க்கும் சீரியல் விறுவிறுப்பாய் போய்க் கொண்டிருந்தது. அப்பப்பா எத்தனை எத்தனை உறவுகள். உணர்ச்சி பூர்வமாகக் கண்ணில் நீர்வழியப் பார்த்துக்கொண்டிருந்த வளுக்கு பிள்ளை சொன்ன தகவல் ஏமாற்றமாகத்தான் இருந்தது.

வழக்கம்போல உள்ளே நுழைந்த ஸ்ரீதர் ரிமோட்டைக் கையில் எடுத்துக்கொண்டான். 'ஒரு நிமிஷம் இருங்க ப்ளீஸ்...' வில்லன் காலில் விழுந்து கெஞ்சும் ஹீரோயின்போல இப்போ முடிஞ்சுடும் என்று கெஞ்சியவளைக் கண்டுகொள்ளாமல் வரிசையாக சேனல்களை மாற்றத் தொடங்கினான்.

'உருப்படியா ஒரு சேனலைப் பாக்கறீங்களா? நூறு சானலையும் மாத்தறதுக்குள்ள என் ப்ரோக்ராமப் பாத்து முடிச்சுருப்பேன் இந்நேரம். ச்சே... ஒரு சீரியல் பாக்கக்கூட கொடுப்பின இல்ல இந்த வீட்டுல' உதறிக்கொண்டு எழுந்து சென்றாள்.

'அப்பா போகோ பாக்கணும்' என்றவனிடம் 'இதோ வெக்கறேன்' என்று மாற்றினான். அடுத்த நிமிடத்தில் ஒரு நியூஸ் சேனலுக்குத் தாவினான்.

என்னப்பா? என்று சிணுங்கியவனிடம், போ போய் ஹோமொர்க் பண்ணு என்று விரட்டியடித்து விட்டு உல்லாசமாக சானலை மாற்ற ஆரம்பித்தான் ஸ்ரீதர்.

'இந்த ரிமோட் கண்டுபிடிச்சவன் கைய ஒடிக்கணும் ஸ்ரீதரின் பாட்டி அடிக்கடிச் சொல்வது இது. நினைவுவந்து மனதுக்குள் சிரித்துக் கொண்டாள் வனிதா.

இது வீட்டுக்கு வீடு நடக்கும் நிகழ்வுதான்.

ஏன் ஆண் டிவி சேனலை மாற்றிக்கொண்டேயிருக்கிறான்?

திரும்பவும் கற்கால மனிதன் நடத்தையைத்தான் இங்கு நினைவுகூர வேண்டும். வேட்டை முடித்துத் திரும்பியவன் நெருப்பு மூட்டி வெறித்துப் பார்த்தபடி அமர்ந்திருப்பான் என்று பார்த்தோம்.

அருகருகே ஆண்கள் பலர் உட்கார்ந்திருந்தாலும் ஒருவரை ஒருவர் பார்க்கவோ பேசவோ தூண்டவோ மாட்டார்கள். இலக்கின்றி வெறித்துப் பார்த்தபடி அமைதியாக உட்கார்ந்திருப்பது அவனுக்கு மிகவும் பிடித்தமான விஷயம்.

அது போல கோபம், அழுகை, நெகிழ்ச்சி என்று பல்வேறு உணர்ச்சிகளைத் தூண்டும் காட்சிகளைப் பார்ப்பதில் ஆர்வம் கொள்ள மாட்டார்கள். ஏன்? அவர்களது மூளையின் அமைப்பு அப்படி? ஒரு சமயத்தில் ஒன்றைத்தான் செய்ய முடியும் என்று ஏற்கனவே பார்த்தோம்.

பிரச்னைகளைத் தீர்ப்பதற்கு விடை தேட முயல்வான். அதனால்தான் ஒவ்வொரு சேனலாக மாற்றி அந்தக் கதையின் அடி நாதத்தை அறிய முயல்வார்கள். வெட்டு ஒன்று துண்டு ரெண்டாக இப்படி இருந்தால் இப்படி இருக்கலாம் என்று முடித்து விடுவார்கள். இல்லையென்றால் ஒரேயடியாக எல்லா நியூஸ் சேனல்களையும் மாற்றிக் கொண்டே இருப்பார்கள்.

இது போன்ற உணர்ச்சிகளுக்கு இடங்கொடாத நியூஸ் சேனலைப் பார்க்கும் ஆண்களின் எண்ணிக்கை பெண்களைவிட 7 மடங்கு அதிகமாம். ஆனால் பெண்ணுக்கு உணர்வூர்வமாக ஒரு விஷயத்தை அணுகுதல் முக்கியம். கோபம், தாபம், வெறுப்பு, சிணுங்கல், சந்தோஷம், அழுகை என்று நவரசங்களையும் தான் அனுபவிப்பதல்லாமல் அதனைத் திரையிலும் அணு அணுவாய் ரசிக்கும் பொறுமை அவளுக்கு உண்டு.

ஒரே நேரத்தில் பல வேலைகள் செய்யும் அஷ்டாவதானி அல்லவா?

'எங்க வீட்டுக்காரருக்கு டிவில என்ன இருக்குனு பாக்கறதவிட இன்னும் என்ன இருக்குனு பாக்கறதுலதான் ஆர்வம் அதிகம்' என்று 99% பெண்கள் புலம்புவதுண்டு.

ஏன் எங்க தலையவே உருட்டறீங்கனு ஆண்கள் புலம்புவது கேக்குது. ஓட்டு மொத்தமாக எல்லா ஆண்களும் பெண்களிடம் சுட்டிக்காட்டும் ஒரு குணத்தைப் பற்றி அடுத்து பார்க்கலாம்.

சைலண்ட் ப்ளீஸ்!

அடச்சே!... கொஞ்சம் பேசாமத்தான் பாருங்களேன். மனுஷன ஒரு ப்ரோக்ராம் நிம்மதியா பாக்கவிடறீங்களா? எப்ப பார்த்தாலும் சளசளனு என்ன பேச்சு.

தலையில் அடித்துக்கொண்டான் சந்திரன்.

கட்டுப்பட்டு நீடித்த அமைதி சில நிமிடங்களுக்கு மேல் தொடரவில்லை. மனைவியையும் அம்மாவையும் அதற்கு மேல் கண்ட்ரோல் செய்ய முடியவில்லை அவனால்.

இது இனம், மொழி, நிறம் பாகு பாடின்றி உலகெங்கும் நடை பெறும் ஒன்றாகும். ஒட்டு மொத்த ஆண் சமுதாயக் குற்றச்சாற்றே பெண்கள் வாய் ஓயாமல் பேசிக் கொண்டே இருக்கிறார்கள் என்பதுதான்.

கிருபானந்த வாரியார்கூடச் சொல்லுவார், 'பெண் மணி அல்லவா அதுதான் ஒலித்துக்கொண்டே இருக்கிறது' என்று.

ஏன் இப்படி? அறிவியல்ரீதியாகப் பார்க்கலாம்.

முதலில் மூளையின் அமைப்பில் ஆராய்ந்ததில், ஒரு பெண் பேசும்போது அவள் தன் மூளையின் இரு அறைக்கோளத்தி லிருந்தும் அதிகப் பகுதியைப் பேசும்போது ஆக்டிவேட் செய்கிறாள் என்று தெரிய வந்தது. ஆனால் ஆண் இரு அறைக் கோளத்திலிருந்தும் மிகச் சிறிய பகுதியை மட்டுமே உபயோகப் படுத்துகிறான்.

அது மட்டுமின்றி, ஆதி காலம் முதல் ஆண் இரை தேடும் போது, சத்தம் கேட்டு இரை ஓடிவிடுமே என்ற பயத்தில் பேசுவதே குறைவு. பெரும்பாலும் சமிக்ஞைகள் மூலமே தகவல் பரிமாறி வந்தான்.

ஆனால், பெண்களும் குழந்தைகளும் இருப்பிடத்தில் ஒருவருக் கொருவர் இணைப்பை ஏற்படுத்திக்கொள்ளப் பாலமாய்ப் பேச்சுதான் அவர்களுக்கு உதவியது. இப்படி நாள் முழுவதும் ஒருவருக்கொருவர் பேசிக்கொண்டே உறவு முறையைப் பலப் படுத்திக் கொண்டார்கள். லட்சக்கணக்கான ஆண்டுகளாய் இன்னும் தொடர்கிறது.

எந்தவிதச் சிரமமும் இன்றி ஒரு பெண் ஒரு நாளைக்கு 6000-8000 வார்த்தைகளை உபயோகிக்க முடியும். ஆனால், ஒரு ஆணால் 2000-4000 வார்த்தைகளைத்தான் உபயோகிக்க முடியும். அதுவும் கடின உழைப்புக்குப் பிறகு அன்றைய மதியமே அவனுக்கு வார்த்தைகள் தீர்ந்துவிடும். வீட்டுக்கு காலிப் பெட்டியாகத்தான் வருவான்.

ஒரு வாரம் தன் தோழியுடன் சேர்ந்து பொழுதைக் கழித்துவிட்டு வீட்டுக்கு வந்தவுடன் அவளுக்கு போன் செய்து இரண்டு மணி நேரம் பேசப் பெண்ணால் மட்டுமே முடியும்.

வேறு என்ன இதற்குக் காரணம்? ஆண் மூளை அமைப்புப் பெட்டி பெட்டியாய் இருக்கிறது. அன்றைய நாளின் இறுதியில்

அப்படியே பூட்டி விட்டுத் தூங்கிவிடுவான். ஆனால் பெண்ணின் மூளையின் இரு கோளங்களும் ஆணைவிட இணைப்பு அதிகம் என்று ஏற்கனவே பார்த்தோம். அதனால் அவளால் பல்வேறு பிரச்னைகளுக்கும் வழி கண்டுபிடிக்காவிட்டாலும் அதனைப் பிறரிடம் பகிர்ந்து கொள்வதில் ஆர்வம் அதிகம்.

'அப்பா! மனசுல இருக்கறதெல்லாம் கொட்டிட்டேன். பெரிய பாரம் எறங்கினப்போல இருக்கு' என்பாள். அது போதும் அவளுக்கு.

ஆனால், ஆணுக்குத் தீர்வுதான் குறி. அன்று அதற்கு வழி இல்லை யென்றால் அத்துடன் அதனை விட்டுவிடுவான். ஆணைப் பொறுத்தவரை போன், செல்லெல்லாம் தகவல் பரிமாறிக் கொள்ள உதவும் சாதனங்கள். ஆனால் பெண்ணுக்கு உறவு முறையைப் பலப்படுத்தும் கருவிகள்.

ஆண் குழந்தையைவிடப் பெண் குழந்தை, தாயின் பேச்சை எளிதில் புரிந்து கொள்ளும் திறன் வாய்ந்தது.

பொதுவாக, மொழித் திறன் ஆண்களைவிட பெண்களுக்கே அதிகம். பேச்சாற்றல், எழுத்தாற்றல் இரண்டிலுமே ஆண்களை விடத் திறமைசாலிகள் அவர்கள். பிற மொழிகள், இலக்கணம் இவற்றையெல்லாம் பெண்கள் எளிதில் கற்றுக் கொள்ள முடியும். அதனால்தான் உலகம் முழுக்க மொழிபெயர்ப்பாளர்கள், கவுன்சிலர்கள், ஆசிரியர்கள் என்று இத்துறையில் பெண்களின் எண்ணிக்கையே அதிகம்.

ஆண்களின் காதுகளில் இருந்து புகை வருவது தெரிகிறது. ஆணுக்கு உள்ள ஒரு ஸ்பெஷல் திறமையை அடுத்து விளக்குகிறேன்.

கணக்குப் புலிகள்!

என்னுடைய நீண்ட நாள் பேஷண்ட் ராகவன். ரிடையர்டு கணக்கு டீச்சர். வெளியூர் சென்று பேரன் பேத்திகளிடம் கழித்து விட்டு ரொம்ப நாளைக்கப்புறம் என்னிடம் வந்திருந்தார்.

என்ன ராகவன் எப்படி இருக்கீங்க? பேரக் குழந்தைகளுடன் இருந்ததில் வியாதியின் தீவிரமும் தெரிந்திருக்காதே என்றேன்.

ஆமாம் டாக்டர் நிஜம்தான் என்று கூறி விட்டு எனக்கு ஒரு சந்தேகம் என்று ஆரம்பித்தார்.

'என்ன?'

இரட்டைக் குழந்தைகளான என் பேரன் பேத்தி ரெண்டு பேரும் ஒரே ஸ்கூல்லதான் படிக்கிறாங்க. ஒரே இடத்துலதான் ட்யூஷனும் போறாங்க. எல்லாத்துலயும் கெட்டிக்காரியா இருக்கற பேத்தி மேத்ஸுக்கு மட்டும் ரொம்பத் திணறுறா. பேரன் மத்த எல்லா சப்ஜெக்ட்லயும் சுமார்தான். ஆனா ரொம்ப மெனக்கெடாட்டாலும் கணக்குல எப்பவுமே செண்ட்டம்தான். பேத்திகூட டெய்லி உக்காந்து சொல்லித் தரத்தான் சரியா இருந்தது. அடுத்த மாசம் போர்டு எக்ஸாம் வேற. ஒரே வயித்துல பொறந்துட்டு இப்பிடியா என்று முடித்தார்.

'இதுல கவலப்பட என்ன இருக்கு? அவளால முடிஞ்சது அவ்வளவுதான்' என்றேன்.

என்ன டாக்டர் சொல்றீங்க புரியல என்றார்.

எல்லோருக்கும் புரியும்படியாக விளக்குகிறேன்.

அதாவது இடம் சார்ந்த அல்லது ஸ்பேஷியல் திறன் என்போம். ஒரு பொருளை உருவகப்படுத்தி மனதில் நினைப்பது, அதன் வடிவம், முப்பரிமாணம், அளவுகள், அசைவு, திசை என்று பலவற்றையும் சிந்திப்பதுதான் இத்திறன். ஒரு பொருள் அண்ட வெளியில் சுழல்வதை கற்பனை செய்து, அதனை வீழ்த்த எவ்வளவு வேகத்தில் தாக்க வேண்டும் என்ற கணக்கு, இத்தனையும் இருந்தால் ஓடும் ஒரு இரையைக் குறி வைத்து அடிப்பது எளிது.

கற்காலம் தொட்டே ஆணுடைய முதல் மற்றும் முக்கிய வேலையே இரையைக் கொன்று கொண்டுவந்து போடுவதுதான். அதற்குப் பல வகையில் சிந்தித்து இந்த ஸ்பேஷியல் திறனைப் பெருக்கிக் கொண்டான்.

சரி. அறிவியல் இதனை எப்படி விளக்குகிறது? பார்க்கலாம்.

நரம்பியல் நிபுணர் டாக்டர். கமில்லா பென்போ லட்சக்கணக்கான சிறுவர் மற்றும் சிறுமியரின் மூளையை ஆய்வு செய்து ஒரு அறிக்கையை சமர்ப்பித்தார். இந்த ஸ்பேஷியல் திறன் ஒரு ஆண் குழந்தைக்கும் பெண் குழந்தைக்கும் அவரது 4ஆவது வயதிலேயே வித்தியாசப்பட ஆரம்பித்துவிடுகிறது. சிறுவர்கள் ஒரு பொருளை முப்பரிமாணத்தில் பார்க்க ஆரம்பித்துவிடுகிறார்கள்.

அதனால்தான் வீடியோ கேம்ஸ் விளையாடுவது பெரும்பாலும் சிறுவர்களாகத்தான் இருக்கும். ஆனால் சிறுமிகள் இரு

பரிமாணத்தில் பார்க்கிறார்கள். வளர வளர ஆணுக்கு இத்திறனும் அதிகரிக்கிறது. வளர்ந்த ஒரு ஆணின் மூளையைப் பரிசோதித்தால், அவனது மூளையின் வலது அறைக் கோளத்தில் அதிக பகுதிகளையும் இடது அறைக்கோளத்தில் சில பகுதிகளையும் இத்திறனுக்கு உபயோகிக்கிறான் என்பது தெரிய வரும். ஆனால் பெண் இடது அறைக்கோளத்தில் மிகச் சிறிய அளவையே இத்திறனுக்கு உபயோகிக்கிறாள்.

இதனால் கற்கால மனிதனுக்கு இரையைப் பிடிக்கவும், காடுகளில் நெடுந்தூரம் சென்றாலும் திசை அறிந்து இருப்பிடம் சேரவும் இத்திறன்தான் உதவியது. குகைகளில் குழந்தைகளுடன் காத்திருந்தவளுக்கு இத்திறன் தேவையில்லாமல் இருந்தது.

இப்போது அவன் வேட்டையாட வேண்டியதில்லை. ஆனால் பல்வேறு செயல்களில் இத்திறனைப் பிரதிபலிக்கிறான். கணக்குகளைத் தீர்ப்பது, குறி வைத்து கோல்ஃப் விளையாடுவது, இரையை ஓடிப் பிடிப்பது போல் பந்துகளைப் பிடிப்பது, குறி பார்த்து எறிவது என்று சொல்லிக்கொண்டே போகலாம். அதனால்தான் பேஸ்கட்பால், புட்பால், கோல்ஃப் போன்ற விளையாட்டுகளில் அவர்களின் ஆதிக்கமே அதிகம் இருக்கிறது. அவ்வளவு ஏன்? நிறுத்தப்பட்டிருக்கும் ஆயிரக்கணக்கான வண்டிகளில் தனது வண்டியை நோக்கிச் சரியாகச் சென்றடைந்து ஸ்டார்ட் செய்யும் திறனும் அவனது ஸ்பேஷியல் திறனுக்குச் சிறந்த உதாரணம்.

எந்தப் புது இடத்தில் கொண்டுவிட்டாலும் அதிகம் சிரமப்படாமல் அவனால் வந்துவிட முடியும். பெண்களால் அது முடியாது. ('எங்களுக்கு வாயிலிருக்கு வழி'னு சொல்றது கேக்குது) அவனது முப்பரிமாணப் பார்வை மற்றும் திசை அறியும் திறனால் வரைபடங்களையும் எளிதில் புரிந்து கொள்ள முடியும். பெண்களால் மேப்பை (வரை படம்) புரிந்து கொள்வது கடினம்தான்.

இப்போது புரிகிறதா ஆண்கள் ஏன் கணக்கில் புலி என்று? அதனால் பெண்களுக்கு கணக்கு வராது என்று அர்த்தம் அல்ல. கடினமான கணக்குகளெல்லாம் ஆண்கள் எளிதில் சால்வ் செய்து விடுவார்கள். திறம்வாய்ந்த ஆர்க்கிடெக்டுகள், புகழ்பெற்ற அறிவியல் மேதைகளெல்லாம் ஆண்கள்தானே!

அறிவியல் மாமேதை ஆல்பர்ட் ஐன்ஸ்டீன் இறந்த பிறகு, அவரது மூளையை ஆராய்ந்தார்கள். அவருடைய கால கட்டத்தில் இறந்த 35 ஆண்கள் மற்றும் 56 பெண்களின் மூளையோடு ஒப்பிட்டார்கள்

ஆராய்ச்சியாளர்கள். ஸ்பேஷியல் திறனைப் பயன்படுத்தும் மூளையின் குறிப்பிட்ட பகுதி பிறரை விட இவருக்கு 15% அதிகமிருந்ததாக அறியப்பட்டது.

சரி. ஆண்களுக்கு இல்லாத பெண்களுக்கு மட்டுமே உள்ள அந்தத் திறனை அடுத்து பார்க்கலாம்.

மூன்றாவது கண்

யாருக்கு? பெண்ணுக்குத்தான். என்ன டாக்டர் விளையாடறீங்கள்ா? என்று கேட்காதீர்கள். நிஜமாகவே மூன்றாவது கண் இல்லா விட்டாலும் அப்படி இருப்பது போல்தான் அவளது செயல்கள் பல இடங்களில் பிரதிபலிக்கிறது. பார்க்கலாம்.

என்னங்க திருப்பித் திருப்பி அதையே சொல்றீங்க? அலுத்துக் கொண்டாள் பாவனா.

இதுதாம்மா சரியான மேட்சிங் பிளவுஸ் பீஸ். இதுக்கு மேல எங்க கிட்ட இல்ல. அத்துடன் முடித்துக்கொண்டார் கடைக்காரர்.

என்ன பாவனா? இன்னுமா முடியல என்று வந்த கணவனிடம், வாங்க அடுத்த கடைக்குப் போகலாம் என்று புறப்பட்டாள்.

என்ன, ஒரு மேட்சிங் ப்ளவுஸ் பீஸ் வாங்க எத்தன கடை ஏறி இறங்குறது அலுத்துக்கொண்டே வண்டியை ஸ்டார்ட் செய்தான் சுந்தர்.

பாவனாவை மட்டுமல்ல எந்தப் பெண்ணையும் நிறங்களின் தேர்வுகளில் அவ்வளவு சீக்கிரமாகத் திருப்திப்படுத்திவிட முடியாது. ஏன்?

மூளையின் வெளிப்பகுதி (எக்ஸ்டென்ஷன்) தான் கண். இது கபாலத்தின் வெளியே உள்ளது அவ்வளவே. கண் விழியின் பின் பகுதி ரெடினா. இங்கு போட்டோ ரிஸப்டர்ஸ் எனப்படும் 130 மில்லியன் செல்கள் உள்ளன. இவைதான் கறுப்பு வெள்ளை நிறங்களைப் பிரித்தறியும். இங்குதான் 7 மில்லியன் கோன் வடிவிலான செல்களும் உள்ளன. இவைதான் பல்வேறு நிறங்களையும் பிரித்தறியும். இவற்றையெல்லாம் கொடுப்பது எக்ஸ் க்ரோமோசோம்தான்.

இரண்டு எக்ஸ் குரோமோசோம்கள் இணைந்தால் பெண் கருவும் எக்ஸ், ஒய் குரோமோசோம்கள் இணைந்தால் ஆண் கருவும் உண்டாகும். பெண்ணுக்கு இருக்கும் அதிகப்படியான எக்ஸ்

குரோமோசோம்தான் அவளுக்கு இங்கு ப்ளஸ் பாயிண்ட். நிறங்களைப் பிரித்தறியும் கோன் செல்கள் ஆணைவிட அவளுக்கு அதிகம். ஆண்களால் பச்சை, சிவப்பு, நீலம் என்று பொதுவான நிறங்களையே பகுத்தறிய முடியும். ஆனால் பெண்ணோ ஸ்கின் கலர், சாக்லேட் கலர், அக்வா கலர் என்று அடுக்கிக்கொண்டே போவார்கள்.

கடைக்காரர் கண்ணுக்கு மேட்சிங்காகத் தெரிந்த நிறம் அவளுக்குத் திருப்தி அளிக்காது. இது மட்டுமல்ல. ஆண் விட அவளது பார்வை பரந்து விரியும் தன்மையுடையது. அவளது தலையின் மேல், கீழ், இடது மற்றும் வலது ஆகிய நாலா புறமும் 45 டிகிரி அளவுக்கு பார்வை கவர் செய்யும் அளவுக்கு அவளது மூளையின் அமைப்பு உள்ளது. சிலருக்கு இது 180 டிகிரி அளவு வரை கூடப்போகலாம்.

ஆணின் கண் பெண்ணை விடப் பெரியது. ஆனாலும் அவனது பார்வை ஒரே நேர்கோட்டில்தான் விரியும். தனக்கு எதிரே உள்ளவற்றை எளிதில் கண்டு கொள்ள முடியும் அவனால். அதன் தூரம் அதிகமானாலும் அவனுக்கு எளிது.

கண்ணிமைக்காமல் இரையைப் பிடிக்க இப்பார்வை அவனுக்கு உதவியது. காட்டு விலங்குகளிடமிருந்தும் எதிரிகளிடமிருந்தும் குழந்தைகளையும் சுற்றத்தாரையும் காப்பாற்ற பெண்ணுக்கு நாலாபுறமும் பார்வை அவசியமாயிருந்தது.

சிறுமிகளைவிட சிறுவர்கள் ரோட்டைக் கடப்பதற்கு சிரமப்படு வார்கள். யூ கே யில் நடந்த ஒரு கருத்துக் கணிப்பில் ஒரு வருடத்தில் விபத்தில் அடிபட்டுக்கொண்ட சிறுவர்களின் எண்ணிக்கை சிறுமிகளைவிட இரு மடங்கு அதிகமாக இருந்ததாம்.

ஆண்கள் பிரிட்ஜையோ பீரோவையோ திறந்து வைத்துக்கொண்டு நின்று கொண்டிருந்தாலும் வேண்டிய பொருளை எளிதில் தேடி எடுத்துக்கொள்வதில் சிரமப்படுவார்கள். அங்கதான வெச்சுருக்கேன் என்று மனைவி கத்திக் கொண்டிருப்பார். கடைசியில் அவள்தான் வந்து எடுத்துக் கொடுக்க வேண்டியிருக்கும். அவனைச் சொல்லிக் குத்தமில்லை. பாவம் அவனது பார்வை அப்படி. என்ன செய்ய?

மூளையில் பதிவு செய்யப்படும் எல்லாவற்றையும் வெளிப் படுத்துவதில்லை. உதாரணத்துக்கு, மூளை வானத்தின் எல்லா நிறங்களையும் உணர்ந்தாலும் வானம் நீலம் என்பதை மட்டும்

எடுத்துக்கொள்ளும். அதனால்தான் பலவற்றை நாம் கூர்ந்து கற்றுக்கொள்ள முடிகிறது.

உதாரணத்துக்குத் தரையில் விழுந்த ஊசியைத் தேடும்போது நம் பார்வை குவிக்கப்படுகிறது. எடுத்து விடுகிறோம். இது ஆணின் பார்வை. இதுபோலப் பெண்ணின் பரந்த பார்வையை ஆணும் பயிற்சியின் மூலம் பெற முடியும்.

இப்படிப் பெண்ணின் பார்வையின் மகிமையைச் சொல்லிக் கொண்டே போனாலும் ஒரு விஷயத்துக்கு அவர்கள் மிகவும் திணறித்தான் விடுகிறார்கள். என்ன அது?

லெப்ட்டா ரைட்டா?

'ஐயோ! என்ன அனு, ரைட்ல திருப்பச் சொன்னா லெப்ட்ல ஓடிக்கற. லெப்ட்ல திருப்பச் சொன்னா ரைட்ல இண்டிகேட்டரப் போடற. இதுக்குத்தான் நான் அப்பவே சொன்னேன். ஒனக்கு இதெல்லாம் வராதுனு. ரொம்பக் கஷ்டம்மா' என்று புது மனைவியிடம் கெஞ்சிக் கொண்டிருந்தான் சூரஜ்.

ஒரு பெண்ணிடம் சென்று திடீரென்று உங்கள் இடது கையைக் காமிங்க என்று கேட்டுப் பாருங்க. 50% பெண்கள் வலது கையையத்தான் நீட்டுவார்கள். உலகம் முழுக்க ஆண் சமுதாயமே பெண்ணைக் காட்டிக் குற்றம் சாற்றக்கூடியது இது. அவளுக்கு ஆணைப்போல உடனடியாக லெப்ட், ரைட் பிரித்தறிய முடியாது. அவள் மூளையின் அமைப்பு அப்படி.

பெண்ணின் மூளையின் வலது, இடது அறைக்கோளங்கள் ஆணை விட நன்கு கனெக்ட் செய்யப்பட்டுள்ளன என்று ஏற்கெனவே பார்த்தோம். அதனால் இடது அல்லது வலதைத் தேர்வு செய்யச் சிறிது தடுமாற்றம் ஏற்படுவது இயல்பு.

ஆணுக்கு இச்செயலைச் செய்வது எளிது. ஏனெனில் வலது பக்க அறைக்கோளமும் இடது அறைக்கோளமும் கிட்டத்தட்ட தனியாகத்தான் அவனுக்கு இயங்குகிறது.

ஆணுக்கு டிரைவிங் என்பது அவனது ஸ்பேஷியல் திறனைச் சுற்றுப்புறச் சூழலுக்குத் தகுந்தவாறு நிர்ணயிக்கும் ஒரு செயல் பாடு. பெண்ணைப் பொறுத்தவரை டிரைவிங் என்பது, குறிப்பிட்ட இடத்திலிருந்து மற்றொரு இடத்துக்குச் சென்றடையும் செயல் அவ்வளவே.

'என்னங்க, கொஞ்சம் முன்னாடியே ப்ரேக் போட்டிருக்கக் கூடாதா?, நல்லவேளை தப்பிச்சோம்' என்பாள். அவன் சரியாகத்தான் செய்திருப்பான். இங்கு அவனது ஸ்பேஷியல் திறன்தான் பேசப்படும்.

கார்கள் பார்க் செய்யப்பட்டிருக்கும் விதத்தை வைத்தே இது ஆண் பார்க் செய்ததா, பெண் பார்க் செய்ததா என்று சொல்லிவிடலாம். இது குறித்து யுகே, சிங்கப்பூர் போன்ற நாடுகளில் டிரைவிங் பள்ளியில் ஒரு கணக்கெடுப்பு மேற்கொண்டனர்.

ஆண்களுக்கும் பெண்களுக்கும் தனித்தனியாக வண்டியைப் பின்னுக்குத் தள்ளி நிறுத்த (ரிவர்ஸ் பார்க்கிங்) கட்டளை இடப் பட்டது. 82% துல்லியமாக ஆண்கள் பார்க் செய்தனர். ஆனால் வெறும் 22% துல்லியமாக மட்டுமே பெண்களால் ரிவர்ஸ் பார்க் செய்யப்பட்டது. இதற்கு அவர்களின் ஸ்பேஷியல் திறன் குறைவே காரணமாகும்.

டிரைவிங் பள்ளியில் டிரைவருடன் செயல்பட்ட பெண்கள் கச்சிதமாக நிறுத்தினார்களாம். ஆனால் அவர்கள் தனியே செயல்பட்டபோது முடியவில்லையாம். இதிலிருந்து, பெண்கள் இதனை எளிதில் கற்றுக்கொண்டு பிரதிபலிக்க முடியும். ஆனால் சூழ்நிலைக்கேற்ப தீர்மானித்துச் செயல்பட ஆண்களைப்போல முடியாது என்று அறியப்பட்டது. ஏனெனில், கோணம், தூரம் எல்லாவற்றையும் கணக்கெடுத்துச் செயல்பட ஆணைப்போல அவளால் முடியாது. இரண்டு கார் நிறுத்தக்கூடிய இடத்தில் பார்க் செய்துவிட்டு நடையைக் கட்டிவிடுவாள்.

ஆனால், முக்கியமாக ஒன்றைச் சொல்லியே ஆக வேண்டும். பெண்கள் மிகப் பாதுகாப்பான டிரைவர்கள். ஒரு பெண் ஓட்டிய வாகனம் மோதி விபத்து என்பது மிகவும் குறைவு. ஏன்? அவள் முடிவு எடுக்கும் முன்பு சற்று நிறுத்திச் செயல்படுவாள். ஆணைப் போல் அதிக வேகமும் இருக்காது.

அதெல்லாம் இருக்கட்டும். அவளுக்கென்று பிரத்யேகமான ஒரு சக்தி ஒன்று உண்டு. அது என்ன?

அந்த ஸ்பெஷல் பவர்!

ஆபீஸிலிருந்து லேட்டாக வீடு திரும்பிய ராஜேஷ், வாசலிலேயே காத்திருந்த மனைவியிடம், 'இன்னிக்கு டிபன் வேண்டாம் சுசீலா, வயிறு மந்தமா இருக்கு' என்றார்.

வயிறு மந்தமா, இல்ல ஆபீஸ் பிரெண்ட்ஸோட பீர் அடிச்சுட்டு வந்தீங்களா? உண்மையைச் சொல்லுங்க என்று சர்வ சாதாரண மாகக் கேட்டுக் கொண்டே லன்ச் பேகை எடுத்துச் சென்றாள் சுசீலா.

'இவ என்ன லை டிடெக்டர ஓடம்போடக் கட்டிட்டு அலைவாளா. இவ கிட்ட இருந்து தப்பிக்கவே முடியாது போல' என்று நினைத்துக் கொண்டே குளிக்கச் சென்றார் ராஜேஷ்.

இது போன்ற சம்பவங்கள் எல்லோருக்கும் அடிக்கடி நிகழ்வதுண்டு.

பெண்களின் முகத்தை நேருக்கு நேராகப் பார்த்துப் பொய் சொல்ல முடியாது. மாட்டிக்கொள்வோம். கண்டுபிடித்துவிடுவாள். ஆச்சரியமாக இருக்கிறதா?

நம் பாடி லாங்க்வேஜ் குறித்து ஒரு ஆய்வு செய்யப்பட்டது. ஒருவரை முகம் பார்த்துப் பேசும் போது, சொல்ல வந்ததை அவர்களிடம் சேர்ப்பிப்பது நம் மொழியே என்று நாம் நினைத்துக் கொண்டிருக்கிறோம். அது தவறு. வார்த்தைகளற்ற சமிக்ஞைகள் மூலம் 60-80% தகவலும், தொண்டையிலிருந்து எழும்பும் சத்தம் மூலம் 20-30% தகவலும், வெறும் 7-10% வார்த்தைகள் மூலமும் தகவல் தொடர்பு நடத்துகிறோம்.

ஒரு பெண்ணுடன் பேசும்போது அவள் சொல்ல வருவதை வேகமாகக் கிரகித்துக் கொள்வாள். தகவலை மட்டுமல்ல, சமிக்ஞைகள், பாடி லாங்க்வேஜ், தொண்டையிலிருந்து வந்த பல வகையான சத்தம் (வோகல் ஃெளண்டு) ஆகியவற்றையும் கிரகித்துக் கொள்வாள். அவளது மூளையின் இரு அறைக் கோளங்களும் போட்டி போட்டுக்கொண்டு தகவலை ஒன்றுக்கொன்று பிரித்து அலசி ஆராய்ந்துவிடும். எளிதில் எது உண்மை எது பொய் என்று அறிந்து கொண்டுவிடுவாள்.

அது மட்டுமின்றி, வார்த்தைகளின் ஏற்ற இறக்கத்தில் ஏற்படும் மாற்றம், சத்தத்தில் மாற்றம், பிட்ச்சின் அளவு என்று எல்லா வற்றையும் அலசி பிட்டுப் பிட்டு வைத்துவிடும் ஆற்றல் வாய்ந்தது அவளது மூளை.

ஆனால் ஒரு ஆணின் முகத்தைப் பார்த்துப் பொய் சொல்வது எளிது. ஏன்? ஒலிகள், வார்த்தைகள், சமிக்ஞைகள் ஆகியவற்றை பெண்ணைப் போல் அவனால் பிரித்து அறிய முடியாது. அவனது மூளையின் இரு அறைக்கோளங்களும் அப்படி துரிதமாகச் செயல் பட முடியாது.

இதனால்தான் பெரும்பாலான ஆண்கள் மனைவியை நேருக்கு நேர் பார்த்துப் பொய் சொல்ல முயலும்போது, உருப்படியாகச் செய்ய முடியாமல் கன்னா பின்னாவென்று உளறிக் கொட்டிக் கையும் களவுமாகப் பிடிபட்டுவிடுவார்கள். அதனால் ஆண்களே, பெண்களிடம் எதையாவது மறைக்க விரும்பினாலோ பொய் சொல்ல விரும்பினாலோ, போனிலேயே முடித்துவிடுங்கள்.

என்ன ஸ்பெஷல் பவர் இருந்தாலும் இதற்கு முன்னால் அவர்கள் திணறித்தான் போய்விடுகிறார்கள். என்ன அது?

சுகர் படுத்தும் பாடு!

'என்னம்மா இன்னுமா டிபன் ரெடியாகல. இந்த பஸ்ஸ விட்டா இன்னும் அரை மணி நேரம் கழிச்சுதான் பஸ்' அலுத்துக் கொண்டான் அரவிந்த்.

'இதோ கொஞ்சம் பொறுத்துக்கோ. இப்ப குடுத்துடுறேன் கண்ணு' என்றபடி சட்னி அரைக்க ரெடியானாள் நிர்மலா.

'என்ன நிர்மலா?' இன்னுமா டிபன் ரெடியாகல. பசி உயிர் போகுது' கடிந்து கொண்டார் மாணிக்கம்.

'வர்ரேங்க. சுகர் வேற பாடாய்படுத்துது. முன்ன மாதிரி ஓடி ஓடி ஒண்ணும் செய்ய முடியல' என்ற படி மகனிடம் டிபனை நீட்டினாள் நிர்மலா.

'என்னமோ சுகர் சுகர்னு பொலம்பறியே, எனக்கும்தான் சுகர் இருக்கு. நான் ஒன்ன மாதிரி எப்பப் பார்த்தாலும் அதச் சாக்கு சொல்லிட்டா இருக்கேன்' எகிறினார் மாணிக்கம்.

'நல்லா சொன்னீங்களே! என்ன மாதிரி கிட்னி பிரச்னையும் சேர்ந்து வந்தாத்தான் சிரமம் தெரியும்' அங்கலாய்த்தாள் நிர்மலா.

'சரி, சரி...போதும் ஓங்க சண்டைய நிறுத்துங்க. இந்த வாரம் ஹார்மோன் தெரப்க்கு டாக்டரப் பாக்க அப்பாயிண்ட்மெண்ட் வாங்கிடவாம்மா?' அர்விந்த் கேட்டான்.

'ஆமாண்டா.. மறந்தே போயிட்டேன். அத முதல்ல செய். ஓங்க ஆபீஸ் பக்கம்தான டாக்டர் க்ளினிக். வரும்போது போய் விசாரிச்சுட்டே வந்துடு' என்று அவனை வழியனுப்பி வைத்தாள் நிர்மலா.

சர்க்கரை நோயினால் ஏற்படும் பாதிப்புகள் ஆணுக்கும் பெண்ணுக்கும் வேறுபடுமா? ஏன்? எப்படி? விரிவாகப் பார்க்கலாம்.

முதலில் சர்க்கரை நோய் என்றால் என்ன என்று சற்று அடிப்படையாகத் தெரிந்துகொள்வோம்.

சர்க்கரை நோய்:

நம் கணையத்தின் 'பான்கிரியாஸ்' எனப்படும் பகுதியிலிருந்து ஒரு இயக்கு நீர் (insulin) வெளியேறுகிறது. இது நம் உடலில் சேரும் சர்க்கரையை சக்தியாக மாற்றும் தன்மை கொண்டது. சாப்பிடும் உணவைச் சரியான எரி பொருளாக மாற்றி ரத்தத்தில் கலக்கச் செய்வது இந்த இன்சுலினின் வேலை ஆகும். இது சரி வரத் தேவையான அளவு சுரக்காவிட்டாலும் இயங்காவிட்டாலும் சர்க்கரை வியாதி எனப்படும் நீரிழிவு நோய் ஏற்படுகிறது.

இன்றைய கால கட்டத்தில், குழந்தை முதல் முதியோர் வரை வயது வித்தியாசமின்றி அனைவரையும் பாதிக்கும் பிரச்னையாக உள்ளது. சர்க்கரை நோய் பொதுவாக அனைவரையும் பாதிக்கும். ஆனாலும், பெண்களுக்கு சர்க்கரை நோய் ஏற்பட்டால் பாவம் அவர்களைப் பாடாய்ப் படுத்திவிடுகிறது.

இயற்கைக்கு ஏன் இந்த பாரபட்சம்?

பொதுவாக, பெண்களின் வாழ் நாள் ஆண்களை விட ஒரு சில ஆண்டுகள் அதிகம். ஆனால் நீரிழிவு நோய் வந்த ஆணை விட நீரிழிவு நோய் வந்த பெண் இறக்கும் சதவீதம் அதிகம் என்று ஆராய்ச்சிகள் அறிவிக்கின்றன.

உடலமைப்பில் ஆணும் பெண்ணும் வேறுபடுகிறார்கள்.

பொதுவாக, பெண்களுக்கு இருதய பாதிப்புகள் வரும் வாய்ப்பு ஆணை விடக் குறைவு. ஆனால், நீரிழிவு நோய் உள்ள பெண்ணுக்கு சர்க்கரை நோய் பாதிக்கப்படாத பெண்ணைவிட இருதய நோய் வர 6 மடங்கு வாய்ப்பதிகம் என்கிறார்கள் ஆராய்ச்சியாளர்கள்.

அது மட்டுமல்ல சர்க்கரை நோய் உள்ள பெண், சர்க்கரை நோய் உள்ள ஆணைவிட அதிக அளவில் கீழ்க்கண்ட பிரச்னைகளால் பாதிப்படைய வாய்ப்புண்டாம். அவை:

இரத்தத்தில் சர்க்கரையின் அளவு கட்டுப் படுத்த முடியாமை

அதீத உடல் பருமன்

உயர் இரத்த அழுத்தம்

ஆரோக்கியமற்ற கொழுப்பு அளவுகள்

ஹார்ட் அட்டாக்:

ஹார்ட் அட்டாக் ஏற்படும்போது அதன் அறிகுறிகளை உணர்ந்து உடனடியாக மருத்துவரை அணுகினால்தான் பலன் கிடைக்கும்.

பொதுவாக, நெஞ்சில் வலி ஏற்படுவதுதான் ஹார்ட் அட்டாக்கின் அறிகுறியாக அறியப்படும். பெரும்பாலான பெண்களுக்கு நெஞ்சில் வலியே இல்லாமல் ஹார்ட் அட்டாக் வர வாய்ப்புண்டு.

ஆம். சில ஹார்ட் அட்டாக்கின் அறிகுறிகள் பெண்களுக்கென்று ஸ்பெஷலாக உள்ளது. அவை:

அயர்ச்சி

வயிற்றுப் பிரட்டல், வாந்தி

தலை சுற்றல்

தூக்கமின்மை

போன்றவை ஹார்ட் அட்டாக்கின்போது ஆண்களால் உணரப் படுவதில்லை.

நீரிழிவுக்கும் இருதயக் கோளாறுகளினால் இறக்கும் சர்க்கரை வியாதி பெண்களுக்கும் உள்ள தொடர்பு குறித்து ஓர் ஆராய்ச்சி மேற் கொள்ளப்பட்டது.

சர்க்கரை நோயாளிகளில் இருதயக் கோளாறுகளினால் இறக்கும் ஆண்களைவிட இருதயக் கோளாறுகளினால் இறக்கும் பெண்களின் சதவீதம் அதிகம் என்று அறியப்பட்டது.

சாதாரணமாக நெஞ்சு வலி, முதுகு வலி, மூச்சு விடுவதில் சிரமம் போன்ற அறிகுறிகள் தோன்றும் ஒருவர் நிலைமையின் விபரீதத்தை உணர்ந்து உடனே மருத்துவரை அணுகுவார். ஆனால் மேலே பார்த்த அறிகுறிகளை உணரும் பெண்கள் நிலைமையின் விபரீதத்தை உணர முடிவதில்லை.

சிறுநீரகக் கோளாறுகள்:

அது போல, சிறுநீரகக் கோளாறுகளும் சர்க்கரை நோய் உள்ள பெண்களுக்கு, சர்க்கரை நோய் உள்ள ஆணைவிட வரும் வாய்ப்பதிகம்.

பொதுவாக, பெண்கள் மெனோபாஸ் எனப்படும் மாத விலக்கு முற்றை வாழ்வில் சந்திக்கும் நாள் வரை சிறு நீரகக் கோளாறுகள் அவர்களை எட்டிப் பார்ப்பதில்லை. ஈஸ்ட்ரோஜன் எனப்படும்

பெண் ஹார்மோன் அளவு குறைய ஆரம்பிக்கும் போதுதான் சிறு நீரகக் கோளாறுகள் ஏற்பட வாய்ப்புண்டு. அதிலும் சர்க்கரை நோயாளிப் பெண்ணுக்கு இப்போது வாய்ப்பு அதிகரிக்கும்.

ஈஸ்ட்ரோஜனுக்கும் சிறு நீரகக் கோளாறுக்கும் உள்ள தொடர்பு ஆராயப்பட்டது. சர்க்கரை நோயுள்ள பெண்ணுக்கு ஈஸ்ட்ரோஜன் அளவு குறையும்போது டெஸ்டோஸ்ட்ரோன் எனப்படும் ஆண் ஹார்மோன் அதிகரிக்கிறது. ஹார்மோன் தெரபி மூலம் இவ்விரு ஹார்மோன்களையும் சீராக வைத்துக்கொண்டால், இவர்கள் சிறு நீரகக் கோளாறுகளிலிருந்து விடுபடலாம்.

மன அழுத்தம்:

இயல்பாகவே மன அழுத்தம் ஆணைவிட பெண்ணுக்கு வர வாய்ப்பதிகம். சர்க்கரை நோய் உள்ள பெண்ணுக்கு மன அழுத்தம் வரும் வாய்ப்பு இரு மடங்காகிறது.

சர்க்கரை நோயும் மன அழுத்தமும் சேர்ந்து இருக்கும் பெண் இவ்விரண்டும் இல்லாத பெண்ணைவிட மிக விரைவில் உயிரிழப்பதாக ஆராய்ச்சி அறிவிக்கிறது.

கொலஸ்ட்ரால்:

கொழுப்பு எனப்படும் கொலஸ்ட்ரால் நம் உடலுக்கு இன்றியமை யாதது. இது நல்ல கொழுப்பு (HDL) கெட்ட கொழுப்பு (LDL) என இரு வகைப்படும்.

இந்த நல்ல கொழுப்பு ஆண்களைவிடப் பெண்களுக்கு இயல்பாகவே அதிகம். சர்க்கரை நோய் ஏற்படும்போது இந்த நல்ல கொழுப்பின் அளவு இயல்பைவிடக் குறையத் தொடங்கும்.

இதனாலும் இருதய பாதிப்புகள் ஏற்படும்.

உடலுறவு:

சர்க்கரை நோயுள்ள ஆணுக்கு விந்து வெளியேறுவதில் பிரச்னை இருக்க வாய்ப்புண்டு. இதனால் உடலுறவில் நாட்டமின்றி இருப்பான். அதே போல சர்க்கரை நோயுள்ள பெண்களின் பிறப்புறுப்பு வறண்டு இருக்கலாம். இதனால் உடலுறவின்போது வலி இருப்பதால் தவிர்க்கலாம்.

அது மட்டுமல்ல, இவர்களுக்கு சினைப் பை கோளாறுகளான பாலி சிஸ்டிக் ஓவேரியன் ஸிண்ரோம் (PCOD) ஏற்படலாம்.

இதனால் கருத்தரித்தலிலும் சிக்கல் ஏற்படும். இவர்கள் கருத்தரித்தாலும், கர்ப்ப காலம் பிறரை விட சற்று கடினமானதாக இருக்கும். அடிக்கடி சிறு நீர்த் தொற்றுக்கு ஆளாகக் கூடும். அதனால், சர்க்கரை நோயுள்ள பெண்களை சற்றுக் கூடுதல் கவனம் செலுத்திப் பார்த்துக் கொள்ள வேண்டும். அது மட்டுமின்றி வாழ்க்கை முறையும் மிக முக்கியம்.

தகுந்த உடற் பயிற்சி

எடையைக் கட்டுக்குள் வைத்தல்

சீரான உணவு முறை

மது, சிகரெட் தவிர்த்தல்

எண்ணை, வெண்ணை மிகுந்த பொருட்களைத் தவிர்த்தல்

சீரான இடை வெளியில் மருத்துவரைச் சந்தித்தல்

போன்ற நடைமுறைகளால் சர்க்கரை நோய் இருந்தாலும் அதனைக் கட்டுக்குள் வைத்து நீண்ட நாள் வாழலாம்.

கருவில் ஒரு கம்ப்யூட்டர்

ஒரே கருவில் பிறந்த ஆண், பெண் இரட்டையர்களை ஒரேவிதத்தில் வளர்த்தோமானாலும் அவர்களின் சிந்தனை மற்றும் செயலில் வித்தியாசம் உண்டு. அதனால் நாம் நாமாக இருப்பதற்கு ஹார்மோன்களே காரணம் என்று மூளை ஆராய்ச்சியாளர்கள் கூறுகின்றனர்.

மூளையும் அதன் வளர்ச்சியும் என்ற தலைப்பின் கீழ் நடத்திய சமீபத்திய ஆராய்ச்சி ஒன்று என்ன சொல்கிறது தெரியுமா? ஒரு கரு உருவான 6-8 வாரங்களுக்குள் அதன் மூளை ஒரு கம்ப்யூட்டர் போன்ற செயல் வடிவத்தைப் பெறுகிறது. அதாவது ஒரு கம்ப்யூட்டருக்குத் தேவையான அடிப்படையான ஆபரேடிங் சிஸ்டம், ப்ரோக்ராம்கள் எல்லாம் பெற்றுக்கொண்டுதான் பூமியில் வந்து விழுகிறோம்.

அடிப்படை ஆபரேடிங் சிஸ்டம் மற்றும் வலைப் பின்னல்களுக் கிடையே சிறிது வெற்றிடமும் இருக்கும். எளிதாகச் சொன்னால், ஒரு சிறிய அறை இருக்கும் அங்கே. நம் சுற்றுச்சூழல், ஆசிரியர்கள், நண்பர்கள், நம்மை வழி நடத்துபவர்கள், இயற்கை இவற்றிலிருந்தெல்லாம் நாம் கற்றுக் கொள்கிறோம். அவை எல்லாம் அங்கே சிறிது சிறிதாகச் சேர்ந்துவரும். நாம் யார்

ஆணா... பெண்ணா... எதிர்காலத்தில் நாம் யாராக இருப்போம் என்பதெல்லாம் அங்கே ஏற்கெனவே ப்ரீ செட் செய்திருக்கும்.

1960ஆம் ஆண்டுவரை கிடைத்த மூளை குறித்த ஆராய்ச்சித் தகவல்களெல்லாம் போர்க்களத்தில் உயிரிழந்த வீரர்களின் மூளையைப் பரிசோதித்துப் பெறப்பட்ட தகவல்கள்தான். இவர்கள் பெரும்பாலும் ஆண்கள்தான். அதனால் பெண்களின் மூளையும் இப்படித்தான் இருக்கும் என்று ஆராய்ச்சியாளர்கள் நினைத்திருந்தார்கள். ஆனால், சமீபத்திய ஆராய்ச்சிகள்தான் பெண்களின் மூளையில் குறிப்பிடத்தகுந்த முக்கியத்துவம் வாய்ந்த வித்தியாசங்கள் இருப்பதைத் தெரிவிக்கின்றன.

ஒருவருடைய அறிவுத்திறனுக்கு அவரது மூளையின் இரு வேறு அறைக் கோளங்களின் இயக்கமே என்று கண்டுபிடித்து அறிவித்த ஆராய்ச்சியாளர் ரோஜர் ஸ்பெர்ரி. இவர் 1962ல் இதற்காக நோபல் பரிசு பெற்றார்.

இவரது அறிக்கையைப் பின்பற்றி ஆராய்ச்சிகள் நடைபெற்றன. நடந்துகொண்டிருக்கின்றன. இதன்படி, மூளையின் வலது அறைக்கோளம் கற்பனை சக்தி, கலை ஆர்வம், படைப்பாற்றல் ஆகியவற்றைக்கொண்ட இப்பகுதி உடலின் இடப்புற இயக்கத்தைக் கட்டுப்படுத்துகிறது.

கருத்துகள், அறிவியல், கணிதம், வேகத்திறன் மற்றும் முடிவுகளை ஆய்ந்து எடுத்தல் போன்றவற்றுக்கு அடிப்படையாக இருக்கும் இடது அறைக்கோளம் உடலின் வலது பாகத்தைக் கட்டுப் படுத்துகிறது. பொதுவாக இடது கைப் பழக்கம் கொண்டவர்கள் பெண்களே. ஆண்களைவிட இவர்கள் அதிகம். பெரும்பாலும் எல்லோரும் 90% வலது கைப் பழக்கம் உள்ளவர்கள்தான்.

அப்படி இடது கைப் பழக்கம் உள்ள சில மாமேதைகள் பட்டியலைப் பார்க்கலாமா?

ஆல்பர்ட்டின் ஜன்ஸ்டின், லியர்னாடோ டாவின்ஸி, பிகாஸோ, லூயீஸ் காரால், க்ரேடா கார்போ, ராபர்ட் டி நிரோ, பால் மெக்கர்ட்நே ஆகியோர் இதில் அடங்குவார்கள்.

1997ல் டானிஷ் ஆராய்ச்சியாளர் பென்ட்டே பேகன்பெர்க் என்பவர் ஆண், பெண் மூளையை ஆராய்ந்து அறிக்கை ஒன்றை வெளியிட்டார். இதைப் படிக்கும் பெண்களெல்லாம் பெருமிதம்

கொள்வீர்கள் என்பதில் சந்தேகமில்லை. அப்படி என்ன தெரிவித்தார்?

பெண் மூளை ஆண் மூளையைவிடச் சற்று சிறியது. ஆனாலும் அதனால் செயல்பாட்டில் குறைந்துவிடாது. ஆணின் மூளையில் பெண்ணின் மூளையை விட 4 மில்லியன் மூளை செல்கள் அதிகமாக உள்ளன. ஆனாலும், பொது அறிவுத் திறன் (ஜெனரல் இன்டெலிஜென்ஸ்) பெண்களுக்கு ஆண்களைவிட 3% அதிகம். (இதைத்தான் மூர்த்தி சிறிதானாலும் கீர்த்தி பெருசுனு சொல்றாங்களோ)

உணர்வுகள் பல விதம்

ஆணும் பெண்ணும் உலகத்தையும் உறவுகளையும் வெவ்வேறு கண்ணோட்டத்தில்தான் பார்க்கிறார்கள்.

இன்னிக்கு, எங்க ஸ்கூல்ல புதுசா சேர்ந்த அரவிந்த் ரொம்ப ப்ரெண்ட்லிம்மா. என்னோட லன்ச் பாக்ஸ் திறக்கவே வரல. அவன்தான் ஓபன் பண்ணிக் குடுத்தான் என்பாள் ஐந்து வயது ஸ்வேதா அம்மாவிடம்.

இன்னிக்கு எங்க ஸ்கூல்ல புதுசா சேர்ந்த அரவிந்த் ரொம்ப ஸ்ட்ராங்மா. ஸ்வேதவோட லன்ச் பாக்ஸ் திறக்கவே வரல. நான்கூட ட்ரை பண்ணினேன். ம்ஹ்உம் முடியல. ஆனா அவன் தெறந்து குடுத்துட்டான் என்பான் அதே ஐந்து வயது சித்தார்த் அம்மாவிடம்.

இப்படி வெவ்வேறு உணர்வுகளை எடுத்துக்கொள்ளும் தன்மை அவர்களுக்கு எப்போது ஆரம்பிக்கிறது? இந்த வித்தியாசம் ஒரு குழந்தையின் 12ஆவது வாரத்திலேயே தெரிய ஆரம்பிக்கிறது. ஆச்சரியமாக இருக்கா? ஆம்.

12ஆவது வார இறுதியில் ஒரு பெண் குழந்தை அந்தக் குடும்ப உறுப்பினரைத் தவிர பிறரைப் பகுத்தறிந்து தெரிந்துகொள்ளும். ஆனால் 12ஆவது வார இறுதியில் ஒரு ஆண் குழந்தைக்கு இந்த வித்தியாசம் தெரியாது. ஆனால், இடம் மாற்றி வைக்கப்பட்ட ஒரு பொம்மையை எளிதில் அடையாளம் கண்டுகொள்வான்.

பெண் குழந்தைகள் உறவுகள் மற்றும் உணர்வுகளைப் புரிந்து கொள்வதில் ஆர்வம் காட்டுவார்கள். ஆண் குழந்தைகள் பொருட்கள், அதன் அசைவு ஆகியவற்றைப் புரிந்துகொள்வதில் ஆர்வம் காட்டுவார்கள். அதனால்தான் கரடி பொம்மை, பார்பி

பொம்மை என்று பொம்மைகளில் அவளுக்கு ஆர்வம் அதிகம். ஆண் குழந்தைக்கோ ப்ளேன், ட்ரெயின், மோட்டார் என்று ஓடும் வாகனங்கள் வைத்து விளையாடும் ஆர்வம் அதிகம்.

4 வயதுப் பெண் குழந்தையிடம் ஒரு கரடி பொம்மையைக் கொடுங்கள். அவள் அதனைத் தன் நண்பனைப் போலப் பொத்திப் பொத்திப் பாதுகாப்பாள். இதையே ஒரு 4 வயது ஆண் குழந்தையிடம் கொடுங்கள். அவன் அதனைப் பார்ட் பார்ட்டாகக் கழற்றி வீசி எறிந்து விட்டு அடுத்த வேலையைப் பார்க்கப் போய்விடுவான். அவனுக்கு அது எப்படி இணைந்துள்ளது, எப்படி இயங்குகிறது என்று அறிய ஆசை அவ்வளவே.

இதேதான் அவர்கள் வளரும்போதும் ஒவ்வொரு நிலையிலும் பிரதிபலிக்கிறது. டீன் ஏஜ் பெண்கள் படிப்பு, பேஷன், நண்பர்கள், தான் வாங்கிய டிரெஸ், நகைகள், சினிமா என்று பலவற்றைப் பகிர்ந்து கொள்வார்கள். திருமணமான பெண்கள் கணவன், குடும்பம், பிள்ளைகள், உறவு முறைகள் என்று பலவற்றையும் பகிர்ந்து கொள்வார்கள். ஆனால் டீன் ஏஜ் பையன்களும் ஆண்களும் வேலை தவிர, விளையாட்டு, கார், பைக், செல் போன் என்று இவற்றை மட்டுமே பிரதானமாகப் பேசிக் கொள்வார்கள். குடும்ப உறவு முறைக்கு அங்கே பெரிதாக இடம் இருக்காது.

ஐந்து நாடுகளில் லட்சக்கணக்காகத் தனித்தனியாக ஆண்களிடமும் பெண்களிடமும் ஒரு கருத்துக் கணிப்பு எடுக்கப்பட்டது. அதில் அவர்களிடம் நீங்கள் எப்படி இருக்க விரும்புகிறீர்கள் என்ற கேள்வி கேட்கப்பட்டது.

இதில் பெரும்பான்மையான ஆண்கள் அளித்த பதில், தைரியமான, போட்டி குணம் நிறைந்தவனாக, சாதிக்கும் திறன் நிறைந்தவனாக, பிறரால் புகழப்படக்கூடியவனாகவும் இருக்க விரும்புகிறேன் என்பதுதான்.

பெரும்பாலான பெண்கள் அளித்த பதில், பிறரை எளிதில் புரிந்து கொள்பவளாக, பெருந்தன்மையானவளாக, எளிதில் நட்புறவை ஏற்படுத்திக் கொள்பவளாக, அன்பு நிறைந்தவளாக, சேவை செய்பவளாக இருக்க ஆசைப்படுகிறேன் என்பதுதான்.

இவ்வளவு தொண்டத் தண்ணி வத்த துக்கத்தச் சொல்லிட்டுருக்கேன். குத்துக்கல்லு மாதிரி இருக்கீங்களே என்று மனைவி புலம்புவாள். அத்தனையும் கேட்டுக்கொண்டு அப்படியே இருப்பான் கணவன். அதற்கு என்ன காரணம்?

ஆன் ஆப் அழுகையும் ஆனந்தமும்

ஒரு நடுத்தர வயது கணவன் தன் மனைவியை என்னிடம் அழைத்து வந்தார்.

'ரொம்ப வீக்கா இருக்கா டாக்டர். அது மட்டுமில்ல. சட்டு சட்டுனு அழுகை, கோபம், எரிச்சல்னு பல்வேறு உணர்வுகளுக்கு ஆளாகிடறா. திடீர்னுதான் இந்தப் பிரச்னை' என்று முடித்தார்.

பரிசோதித்தேன். 'எல்லாம் நார்மல்தான். ஆக்ஸிடாஸின்தான் குறைவாயிருக்கும்' என்றேன்.

'அப்டீன்னா?' என்றார்.

விளக்குகிறேன். ஆண், பெண் இருவருக்குமே ஆக்ஸிடாஸின் எனும் இரசாயனப் பொருள் மூளையில் சுரக்கிறது. இது நம் மனநிலையை நன்றாக, சந்தோஷமாக வைக்க உதவும் முக்கியமான வேதிப் பொருளாகும். இது போதுமான அளவு சுரக்கும்போது தன்னம்பிக்கை, மகிழ்ச்சி, தைரியம், மன அமைதி போன்ற உணர்வுகள் நிரம்பித் ததும்பும். இது குறைய ஆரம்பிக்கும் போதுதான் எரிச்சல், கவலை, சோகம், சோர்வு, துக்கம் போன்ற உணர்வுகள் ஆக்கிரமிக்கின்றன.

அது எங்க கிடைக்கும். என் மனைவிக்கும் வேண்டும் என்று கேட்கிறீர்களா?

அது உங்களிடம்தான் உள்ளது.

ஆச்சரியமா இருக்கா?

ஒவ்வொரு கணவனிடமும்தான் மனைவியின் ஆக்ஸிடாஸின் அளவை அதிகரிக்கும் சக்தி உள்ளது. ஆமாம். அவன் செய்யும் சின்னச் சின்ன வேலைகள் மூலம் மனைவியின் ஆக்ஸிடாஸின் அளவு அதிகரித்து அவள் புன்னகைப் பூவாய் வளைய வருவாள்.

என்ன செய்யணும் டாக்டர்னு ஒட்டு மொத்த கணவன் சமுதாயமும் கேட்கும் குரல் காதில் விழுகிறது. கீழே கொடுக்கும் பட்டியலில் முடிந்ததைச் செய்யுங்கள். உங்கள் வீடு அமைதிப் பூங்காவாக மாற வெகு நேரம் ஆகாது. விடுமுறை நாட்களிலாவது காலை மனைவிக்கு காபி கலந்து கொடுக்கவும்.

'இந்த புடவைல இன்னும் 5 வயசு கம்மியா தெரியற' அப்படீங்கற கமெண்ட்டுகளை அப்பப்போ சொல்லலாம்.

கஷ்டப்பட்டு செஞ்சு குடுக்கறத சாப்ட்டுட்டு வெறி நைஸ்னு பாராட்டலாம்.

ஆபீஸ்லருந்து வரும்போது பூ வாங்கிட்டு வரலாம்.

முடிந்தபோது வீட்டில் சின்னச் சின்ன வேலைகளைச் செய்யலாம்.

தூக்க முடியாமல் சாமான்களைச் சுமந்து வரும் மனைவிக்கு ரெடியாகக் கதவு திறந்து காத்திருக்கலாம்.

வா ஒரு லாங்க் வாக் போயிட்டு வரலாம்னு கை கோர்த்து புறப்படலாம்.

இன்ப அதிர்ச்சியாக அவளுக்குப் பிடித்த சினிமாவுக்கோ நாடகத்துக்கோ டிக்கெட் புக் செய்யலாம்.

அவளுக்குப் பிடித்த பாடல்களை டவுன்லோட் செய்தோ சிடியாக வாங்கியோ கொடுக்கலாம்.

மனைவியை போட்டோ எடுத்து பிரேம் செய்து கொடுக்கலாம்.

சர்ப்ரைஸ் கிப்ட் கொடுக்கலாம். அது அவளுக்குப் பிடித்த சாக்லேட் பாராகக்கூட இருக்கலாம். அதன் மதிப்பு முக்கியமல்ல. அவளுக்கு அது இன்ப அதிர்ச்சியாக இருக்கவேண்டும் அவ்வளவே.

கிச்சனில் ரிப்பேரான சாமான்களை ரிப்பேர் செய்து கொடுக்கலாம்.

வெளியூர் செல்ல நேரும்போது நான் உன்னை மிஸ் பண்ணுகிறேன் என்று மெஸேஜ் அனுப்பலாம் அல்லது போனில் சொல்லலாம்.

காரிலோ பைக்கிலோ உட்காரச் செய்து ஒரு ரவுண்ட் வரலாம்.

வாரத்தில் ஒரு நாளாவது ஆபீஸிலிருந்து அவளை அழைத்து வரலாம்.

விருந்துக்கு சமைத்துக் கொண்டிருக்கும்போது உதவலாம்.

திடீரென சின்ன பிக்னிக் அழைத்துச் செல்லலாம்.

இன்னைக்கு கிச்சன இழுத்துச் சாத்திடுனு சொல்லி வெளியில் சாப்பிடக் கூட்டிச் செல்லலாம்.

இங்க வாடா இன்னிக்கு அப்பாட்ட படினு குழந்தைக்குப் பாடம் நடத்தலாம்.

இன்னிக்கு ஒன் பெஸ்ட் பிரெண்டோட பர்த்டே பார்ட்டினு சொன்னியே, ஆபீஸுக்குப் பெர்மிஷன் போட்டுட்டு வந்து குழந்தைகள நான் பாத்துக்கறேன். நீ என்ஜாய் பண்ணிட்டு வா என்று அனுப்பிவைக்கலாம்.

நம்ம கமல்ஹாஸன் சொன்ன கட்டிப்பிடி வைத்தியமும் இங்க நல்ல பலன் கொடுக்கும்.

இப்படி சொல்லிக்கொண்டே போகலாம். இப்படி சின்னச் சின்ன செயல்களின் மூலம் அவளது ஆக்ஸிடாஸின் அளவை அதிரடியாக அதிகரிக்க முடியும். இதுக்கெல்லாம் நேரம் எங்க டாக்டர்னு அலுத்துக்காதீங்க. இது போன்ற செய்கைகள் திருமணமானது முதல் காலம் பூராவும் தொடரும்போது உடலும் மனதும் ஆயுசு முழுவதும் ஆரோக்யமாக இருக்கும் என்பதில் எள்ளளவும் சந்தேகமில்லை.

கனடாவைச் சேர்ந்த ஆராய்ச்சியாளர் 'சான்ட் ரா வில்சன்' ஆண் மற்றும் பெண்ணின் மூளையில், அழுகை, துக்கம், நெகிழ்ச்சி போன்ற உணர்ச்சிக்கான இடத்தை அறிய ஒரு ஆராய்ச்சியை மேற்கொண்டார். அதன் முடிவில், ஆண்களுக்கு இவ்விடம் வலது அறைக்கோளத்தில் இரு இடங்களில் இருப்பதை அறிந்தார். பெண்களுக்கோ இரண்டு அறைக்கோளங்களிலும் பல இடங்களில் இவ்வுணர்வுகளை வெளிப்படுத்தும் இடம் இருப்பதை அறிந்தார்.

ஆணுக்கு வலது அறைக்கோளத்தில் மட்டும் இருப்பதால், கிட்டத்தட்ட இது தனியாகத்தான் செயல்படுகிறது என்று அர்த்தம். இதன் செயல்பாடும் மிகக் குறைவு. அதனால் பொதுவாக அதிக உணர்ச்சிவசப்படமாட்டான். அல்லது வெளிப்படுத்தமாட்டான்.

பெண்ணுக்கோ கிட்டத்தட்ட மூளை முழுவதும் இதற்கான இடங்கள் பரவியுள்ளன. ஏதேனும் துக்ககரமான சம்பவங்கள் தனக்குத்தான் நிகழவேண்டும் என்பதில்லை, பக்கத்து வீட்டிலிருப்பவருக்கு ஏற் பட்டாலும் தனக்கே ஏற்பட்டதுபோல ஏற்ற இரக்கத்துடன் கண்ணில் நீருடன் பிறர் கண்ணிலும் நீர் வரும்படியும் விவரிப்பதில் அவளுக்கு நிகர் அவளே!

அது மட்டுமல்ல, துக்க சமயத்தில் ஆணால் பேசவே முடியாது. ஆனால் பெண்ணால் அழுதுகொண்டே அடுக்கடுக்காய் காரணங்களைச் சொல்ல முடியும். ஏன்? ஆணுக்கு எமோஷனலாக ஆன சமயத்தில் வார்த்தையைத் தேட இடது அறைக்கோளத்தி

லிருந்து எடுக்க வேண்டும். எமோஷனல் ஒரு பக்கம் வார்த்தைகள் ஒரு பக்கம். இரண்டும் எட்ட இருந்துகொண்டு அவனை ஆட்டிப் படைக்கும். இரண்டையும் இணைக்கும் கார்பஸ் கொலாஸம் வேறு குறைவு. ஆனால் பெண்ணுக்கோ பேச்சும், இவ்வுணர்வு களும் இரண்டு அறைக்கோளங்களையும் வியாபித்திருப்பதால் அழுது கொண்டே பக்கம் பக்கமாகப் பேச முடியும்.

அதேபோல, பல்வேறு உணர்வுகளுக்கு எளிதில் மாறிக் கொள்ள முடியும் பெண்ணால். குலுங்கிக் குலுங்கி அழுது கொண்டிருக்கும் போதே அப்படியே ஆஃப் செய்து விட்டு குலுங்கி குலுங்கிச் சிரிக்கவும் முடியும்.

அழுவாச்சி சீரியல்களெல்லாம் வெற்றி நடைபோடும் ரகசியம் இப்போது புரிகிறதா? பாவம், இதையெல்லாம் பார்த்துப் பெரு மூச்சு மட்டுமே விட முடியும் ஆணால்.

பென்ஸில்வேனியா பல்கலைக்கழகத்தைச் சேர்ந்த 'ரூபென் கர்' என்ற பேராசிரியரும் இத்தகைய ஆராய்ச்சியை மேற்கொண்டார். அவர் ஒரு முடிவுக்கு வந்தார். அதாவது, ஆண் மூளை குட்டிக் குட்டி அறை போல இருப்பதால் அங்கு எமோஷனுக்குச் சிறிதளவே இடம் உண்டு. கிட்டத்தட்ட விலங்கினங்களின் அளவே இவ்வுணர்வு அவனுக்கு இருக்கும் என்று கூறியுள்ளார்.

'அதே சமயம் எமோஷனலான ஒரு பெண் பேசும்போது அதனை முக பாவனையில் மாற்றங்கள், பாடி லாங்வேஜ், பேச்சின் அமைப்பில் மாற்றம் ஆகியவற்றின் மூலமும் வெளிப்படுத்து கிறாள். ஆணோ, அமைதியாக வெளிப்படுத்துகிறான். அல்லது அதிலிருந்து வெளி வர முயற்சி செய்கிறான்' என்கிறார் ரூபென் கர்.

அந்தப் பத்து வித்தியாசங்கள்

1. ஆண் மூளை, பெண் மூளையைவிட அளவில் சற்று பெரிதுதான். ஆனாலும் வயது ஏற ஏறப் பெண் மூளையை விடச் சுருங்கிவிடும்.

2. பெண் மூளை, குளுகோஸை அதிக அளவில் எரிப்பதால் உயர் வெப்ப நிலையில் இயங்குகிறது.

3. சிந்திக்கும்போது பெண்களே அதிக அளவில் மூளைத் திறனை உபயோகிக்கிறார்கள்.

4. மூளையின் கார்டெக்ஸ் பகுதியில் இருக்கும் இன்பீரியர்-பரைடல் லாபுலே என்ற இடம், பெண் மூளையைவிட ஆணுக்குச் சற்று அகன்று இருக்கும். அதாவது ஸ்பேஷியல் திறனைக் கொடுக்கும் இடம். இதனாலேயே, அறிவியல், கணிதம் ஆகியவற்றில் ஆண்களின் கையே ஓங்கியிருக்கும்.

5. சாதாரணமாக ஒரு ஆணுக்கு 15 நிமிடத்துக்கு ஒரு முறை பாலுணர்வு தோன்றும். ஆனால் பெண்ணுக்கோ ஒரு நாளில் ஒரு முறையோ இரண்டு நாள்களுக்கு ஒரு முறையோதான் தோன்றும்.

6. பெண்கள் பேசிக்கொள்ளும்போது மூளையின் மத்தியில் சந்தோஷத்தை ஏற்படுத்தக்கூடிய நரம்புகள் தூண்டப் படுகின்றன. இதனால்தான் பெண் மணிகள் ஒலித்துக் கொண்டே இருக்கின்றன.

7. தொந்தரவு தரக்கூடிய சிறு ஒலியைக்கூட, ஆண் குழந்தை களை விடப் பிறந்த பெண் குழந்தைகள் எளிதில் கண்டு கொள்ளும். அதனால்தான் கணவனின் கடுமையான குறட்டைச் சத்தத்துக்கு இடையிலும் குழந்தையின் சிறு சிணுங்கலைக் கூட ஒரு பெண்ணால் கண்டு கொள்ளமுடிகிறது.

8. ஒரு பெண்ணை 20 விநாடிகள் கட்டிப் பிடித்திருந்தாலே, ஆக்ஸிடாஸின் என்ற ரசாயனப் பொருள் அவள் மூளையில் சுரந்து விடும். அதனால் கட்டிக்கொண்டிருந்தவர் மீது அவளுக்கு அசைக்க முடியாத நம்பிக்கை வந்துவிடும்.

9. பெண்களைவிட ஆண்கள் மிகக் குறைந்த வார்த்தைப் பிரயோகங்களையே   உபயோகப்படுத்துகிறார்கள். உபயோகப்படுத்த முடியும்.

10. மிக மிக முக்கியமான வித்தியாசம் இது. ஆராய்ச்சி யாளர்களின் புருவத்தை உயரவைத்திருக்கும் சமீபத்திய கண்டுபிடிப்பு இது. அதாவது, ஆணுக்கு மூளையின் முன் பகுதியான செரிபெரல் கார்டெக்ஸில், நியூரான்கள் எனப்படும் நரம்பு செல்கள் பெண்களை விட அதிகமாக இருக்கின்றன. பெண்களுக்கு இப்பகுதியில் நியூரான்கள் ஆண்களைவிடக் குறைவாக இருப்பதால் ஞாபக மறதி போன்ற நோய்கள் வர வாய்ப்பு அதிகம்.

என்னிடம் ஒரு வயதானவர் தன் மனைவியை அழைத்துவந்தார்.

டாக்டர், ' வர வர இவளுக்கு ஞாபக மறதி அதிகமாயிடுச்சு. வீட்டில் எப்போ பாத்தாலும் எதையாவது தேடிட்டு இருக்கறதே பொழப்பாப் போச்சு. இப்போ ஒங்ககிட்டகூட வம்படியாத்தான் கூட்டிட்டு வந்தேன். வயசானதுனால வர்ர மறதி. இதுக்குப் போய் எதுக்கு டாக்டர்னு சண்டை போடறா' என்று முடித்தார்.

அவரைப் பல்வேறு பரிசோதனைக்குட்படுத்தி கடைசியில் அவர் அல்சைமர் எனும் ஞாபக மறதி நோயின் ஆரம்பகட்டத்தில் இருப்பதை அறிந்தேன்.

வயதாக ஆக மூளையின் நியூரான்கள் அழிவதாலும் அமைப்பில் மாறுதல் ஏற்படுவதாலும் ஞாபக மறதி ஏற்படுவது இயல்பானது தான். அதற்காக எல்லோருக்கும் வந்தே ஆக வேண்டிய அவசியம் இல்லை.

அது மட்டுமின்றி நம் நாட்டில் வயதாகிவிட்டாலே குறிப்பாகப் பெண்கள் மருத்துவ சிகிச்சையை எதற்கும் எடுத்துக் கொள்ள மாட்டார்கள். வீட்டிலிருப்பவர்கள்தான் உந்தித் தள்ளவேண்டும். இது போன்ற அறிகுறிகளில் அசட்டையாக இல்லாமல் மருத்து வரை அணுகுவது அவசியம்.

ஆணும் பெண்ணும் ஏன் சண்டை போடுகிறார்கள்?

என்னுடைய பேஷன்ட் திருமதி ருக்மிணி மிக அழகாக கதா கால ஷேபம் செய்பவர். தனக்கு வந்திருக்கும் நோயையும் மீறி எப்போதும் தானும் தன்னைச் சுற்றி இருப்பவர்களையும் கலகலப்பாக வைத்திருப்பவர்.

அன்று மிகச் சோர்வுடன் காணப்பட்டார். மருந்தெல்லாம் விடாமல் சாப்பிடறீங்கதானே? விசாரித்தேன். அதெல்லாம் ஒன்றும் பிரச்னை இல்லை டாக்டர். ஆனால்... என்று இழுத்தார்.

மறைக்காமல் சொல்லுங்கள் என்றேன். லவ் பண்ணினவளத்தான் கல்யாணம் பண்ணிப்பேன்னு பையன் சொன்னாலும் அதுக்கு ஒத்துக் கொண்டு ரொம்ப கிராண்டா போன வருஷம்தான் கல்யாணம் பண்ணி வெச்சேன். அதுக்குள்ள டைவர்ஸுக்கு ரெடியாயிட்டாங்க ரெண்டு பேரும். இப்பதான் வியாதியின் தீவிரம் கொறைஞ்சு வருதேனு சந்தோஷப்பட்டேன். ஆனா இது போன்ற பிரச்னைகளால போன வியாதி இன்னும் ஜாஸ்தியாயிடுச்சு. முடிக்கும்போது அழுதேவிட்டார்.

இவருக்கு மட்டுமல்ல. இன்று முக்கால்வாசி சீனியர் சிடிஸன் களின் பல்வேறு மன உளைச்சல், வியாதிகளுக்கு பிள்ளைகளின் திருமண வாழ்க்கை திருப்திகரமானதாக இல்லாமல் இருப்பதே காரணம்.

இது போன்ற நபர்களைத் தினமும் சந்திக்கிறேன். ஏன்? நம் அப்பா, தாத்தா காலங்களிலெல்லாம் இந்த வார்த்தையைக் கேட்டதே இல்லையே. காரணம் என்னவாக இருக்கும்? பார்க்கலாம்.

எவ்வளவோ காரணங்கள் இருந்தாலும் மிக முக்கியமாகச் சில காரணங்களைச் சொல்லலாம்.

1.   மனதை அகப்புறமோ புறப்புறமோ ஒருமுகப்படுத்தி இருத்தலின் ஒப்பீடு- உதாரணத்துக்கு மனைவி எல்லோருடனும் நன்கு கலந்து பழகும் கலகலப்பான குணமுள்ளவராகவும் கணவன் மிக அமைதியாகவும் இருப்பது

2.   கல்வி சார்ந்த ஒப்பீடு-- நீ அதிகம் படிச்சுருக்க. நான் கம்மியா படிச்சுருக்கேன் என்பது.

3.   அழகு சார்ந்த ஒப்பீடு- கணவன் கருப்பாக இருந்து மனைவி நல்ல வெளுப்பாக அழகாக இருந்துவிட்டால் அங்கு சண்டைகளும் சந்தேகங்களும் வலுக்கும்.

4.   பெருமை சார்ந்த ஒப்பீடு- நீயா, நானா? என்பது.

பூமியில் விழும் ஒரு குழந்தையை ஒரு வீட்டிலிருக்கும் அனைவரும் ஓடி ஓடிக் கவனித்துக் கொள்கிறோம். அதன் ஒரு சிணுங்கலைக் கேட்கும்போதே அதற்குத் தேவையானதைக் கொடுத்துவிடுகிறோம். அதற்குத் தன்னைத் தவிர எதுவும் தெரியாது. நம்மைச் சுற்றி இருப்பவர்களெல்லாம் நமக்கு வேலைக்காரர்கள்தான். நமக்கு வேண்டியதெல்லாம் இவர்கள் கொடுத்துவிடுவார்கள். அழுது என்ன வேண்டுமானாலும் பெற்றுக்கொள்ளலாம் என்ற எண்ணத்துடனேதான் வளரும்.

ஒரு குழந்தைக்கு எப்படி நம் அன்பைக் கொடுக்கிறோம் என்பதிலேயே மொத்தக் குடும்பமும் திளைத்துவிடுகிறோம். அதே குழந்தைக்குப் பிறரிடம் அன்பை எப்படி பகிர்ந்துகொள்வது குறித்துப் பாடம் எடுக்கிறோமா, சொல்லித் தருகிறோமா?

இதெல்லாம் சொல்லித் தரமுடியுமா டாக்டர் என்று நீங்கள் கேட்கலாம்.

முன்பெல்லாம் ஒரு குடும்பத்தில் நான்கைந்து குழந்தைகள் இருக்கும். ஒன்றுக்கொன்று சண்டை போட்டாலும் அங்கு அன்புக்குப் பஞ்சம் இருக்காது. விட்டுக் கொடுத்தல், அன்பைப் பகிர்தல் என்று அங்கே கற்றுக்கொண்டுவிடுவார்கள். ஆனால் நியூக்ளியர் பேமிலிகள் இருக்கும் இன்றைய நிலையில் இதனைச் சொல்லித்தான் கொடுக்க வேண்டும். புரிந்துகொள்ளுதலும் விட்டுக்கொடுத்தலும் இல்லாத நிலையில் டைவர்ஸ்களும் பெருகிவிட்டன.

எனக்கு எங்க வீட்டுல நான் கேக்கறதுக்கு முன்னாடியே எல்லாம் கைல கிடைச்சுடும். இங்க ஒவ்வொண்ணுக்கும் நான் ஒன் பின்னாடி கையேந்திட்டு இருக்க முடியாது என்று ஆரம்பித்து வார்த்தை தடித்துவிடும். உலகம் எங்கும் இப்பிரச்னைகள் உண்டு. மேற்கத்திய நாடுகளிலெல்லாம் இது சர்வ சாதாரணம். இங்கும் அப்படி ஆகிவிடக்கூடாது.

இப்படி முடிவெடுக்கும் முன்பு ஒவ்வொரு தம்பதியும் சண்டை போட்டுக்கொள்வார்கள். அது எப்படி இருக்கும்? ஆண் என்ன மாதிரியான கேள்விகளைக் கேப்பான்? பெண் எப்படி சண்டை போடுவாள்? அவர்களது உணர்வுகள் எப்படி வித்தியாசப்படும்?

கிட்டத்தட்ட உலகம் முழுக்க எடுத்த கருத்துக் கணிப்பில் நிறம், மொழி, இனம் பாகுபாடின்றி ஆண் பெண் சண்டை போட்டுக் கொள்ளும்போது பயன்படுத்தும் வார்த்தைகளை, கேள்விகளைப் பட்டியலிட்டிருக்கிறார்கள் நரம்பியல் வல்லுநர்கள். என்ன அவை?

ஆண் கேட்கும் அந்தப் பத்து கேள்விகள்

1. நீ சொல்றது அறிவுகெட்டதனமா இருக்கு.

2. உப்பு சப்பில்லாத விஷயத்துக்குப் போய் கவலப்படற.

3. ஒண்ணுமில்லாதத ஊதிப் பெரிசாக்கற.

4. நீ சொல்றது ரொம்ப வேடிக்கையா இருக்கு.

5. நான் அதச் சொல்லவே இல்ல.

6. ஆனா அந்த அர்த்தத்துல சொல்லல.

7. இது இவ்வளவு பிரச்னையா ஆயிருக்கவேண்டாம்.

8. இது நியாயமே இல்ல.

9.   ஏன் நாம இதெல்லாம் அனுபவிக்கணும்.

10. பேசாம விவாகரத்து பண்ணிக்கலாம்.

பெண் கேட்கும் அந்தப் பத்து கேள்விகள்:

1.   நான் சொல்றத காதுல போட்டுக்கவே மாட்டேங்கறீங்க.

2.   என்னப் புரிஞ்சுக்கவே மாட்டேங்கறீங்க.

3.   நீங்க எப்படி அப்படி சொல்லலாம்?

4.   நீங்க நெனச்ச மாதிரி நான் நெனக்கல.

5.   ஒரு பொண்ணோட எடத்துல இருந்தாதான் என் பிரச்னையைப் புரிஞ்சுக்க முடியும்.

6.   ஒங்க கூடப் பேசவே பயமா இருக்கு.

7.   லலிதா வீட்டுக்காரரெல்லாம் எத்தன வேலய இழுத்துப் போட்டுட்டுப் பண்ணறாரு என்று மற்ற ஆணுடன் ஒப்பிடுவது.

8.   நீங்க ஏன் பண்ணல?

9.   நீங்க அத என்கிட்ட சொல்லவே இல்ல.

10. ஒங்ககூட இனிமே என்னால குப்பை கொட்ட முடியாது.

இப்படித்தான் ஒவ்வொரு ஆணும் ஒவ்வொரு பெண்ணும் கேள்விக் கணைகளைத் தொடுத்து விவாகரத்தில் முடித்துக் கொள்கிறார்கள்.

உணர்வுகளுக்கு அதிகம் இடம் கொடுக்காத ஆண் மூளைக்கு பெண்ணின் ஒவ்வொரு செயலும் கேலிக்குரியதாகிவிடுகிறது.

உணர்வுரீதியாக எதையும் எதிர்கொள்ளும் பெண்ணின் மூளைக்கு ஆணும் தன்னைப் போலவே சிந்திப்பான் என்ற எதிர்பார்ப்பும் அதனால் ஏமாற்றமும் மிஞ்சி விவாகரத்துவரை வந்துவிடுகிறது.

இதனை எப்படி எதிர்கொள்ளலாம்?

தன் உணர்வுகளை எல்லாம் கொட்டித்தீர்த்துவிட்டால் ஒரு பெண்ணுக்கு மனம் அமைதி அடைந்துவிடும். (முகத்தைப் புதைத்துக்கொண்டு அழுது கொண்டே அத்தனையும் கொட்டித் தீர்த்து விடுவாள்) ஆனால் இதனைக் கேட்டுக் கொண்டிருக்கும் ஆணுக்கோ மன அழுத்தம் அதிகமாகிவிடும்.

உணர்வுகளுக்கு அதிக இடம் கொடுக்காமல் பிரச்னைகளுக்குத் தீர்வு காண்பது ஆணுக்குப் பிடிக்கும் (மொதல்ல அழுகைய நிறுத்து) ஆனால் பெண்ணை இது களைப்படையச் செய்யும். கவலைப்படவும் ஆதங்கப்படவும் ஒனக்கு உரிமை இருக்கு. மொதல்ல நீ சொன்னத யோசிச்சுப் பார்க்கறேன். அப்புறம் இதப் பத்தி ரெண்டு பேரும் பேசுவோம்.

எனக்குக் கொஞ்சம் டைம் குடு.

இது போன்ற வார்த்தைகள் பிரச்னையை எளிதாக்கும்.

சிறு வயதிலிருந்தே ஸாரி, தேங்க்யூ போன்ற வார்த்தைகளைக் குழந்தைகளுக்குப் பழக்கப்படுத்திவிட்டால் எந்தப் பிரச்னையும் பூதாகரமாக ஆகாமல் இருக்கும்.

15

அந்த மூன்று Q

'பாசத்தைப் பெருக்கு
நேசத்தைக் கூட்டு
வன்மத்தைக் கழி
பணத்தை வகு'

அது என்ன Q? ஒருவரது இயல்பான வாழ்வுக்கு மூன்று Qக்கள் முக்கியமானவை. அவை IQ, EQ மற்றும் RQ ஆகும்.

நுண்ணறிவு அலகு (Intelligent quotient)

நினைவாற்றல், கணிதம் மற்றும் படைப்பாற்றலில் அதிகத் திறன் உள்ளவர்களுக்கு IQ அதிகம் இருக்குமாம்.

அது என்ன IQ? ஒருவரின் நுண்ணறிவு அளவை நுண்ணறிவு அலகு (Intelligent quotient) என்பதால் குறிப்பிடுவார்கள்.

தர்ஸ்டன் (Thurston) என்ற உளவியல் அறிஞர், நுண்ணறிவில் மொத்தம் 13 கூறுகள் உள்ளன. அவற்றில் 7 மிக முக்கியமானவை என்கிறார்.

அவை:

1. எண்ணாற்றல்: அடிப்படைக் கணக்குகளை வேகமாகவும் சரியாகவும் செய்தல்

2. நினைவாற்றல்: ஒன்றுக்கு மேற்பட்ட விஷயங்களை மனத்தில் இருத்திக்கொள்ளுதல்

3. சொல்லாற்றல்: சொற்களைப் புரிந்துகொள்ளுதல். அவற்றை மூளையில் போட்டுவைத்துத் தேவைப்படும்போது பயன் படுத்துதல்.

4. சொல்வேகம்: புரிந்துகொண்ட சொற்களை வேகமாகவும் எளிதாகவும் பயன்படுத்தும் திறன்.

5. இடவாற்றல்: நம்மைச் சுற்றியுள்ள பொருட்களையும் அவற்றுக்கு இடையே உள்ள தொடர்புகளையும் ஆராய்ந்து பயன் படுத்தும் திறன்.

6. புலக்காட்சி ஆற்றல்: (Perceptual ability) பொருட்களை வேகமாகவும் சரியாகவும் இனம் கண்டு கொள்ளுதல்

7. பிரச்னைகளுக்கு விடை காணும் ஆற்றல்: எந்தவித பிரச்னை களுக்கும் தீர்வு காண முயற்சித்தல்.

இவை ஒவ்வொன்றுக்கும் தனித்தனியே மதிப்பெண்களை வல்லுநர்கள் நிர்ணயித்துள்ளார்கள். அவற்றின் சராசரியையே ஒருவரின் IQ லெவல் என்கின்றனர். இதை ஆறு வகையாகப் பிரித்துள்ளார்கள்.

நுண்ணறிவு எண் (IQ) தரம்

70க்குக் கீழ் - மனவளர்ச்சி குன்றியோர்

70-85 - மெதுவாகக் கற்போர்

85-115 - சாதாரண நுண்ணறிவுடையவர்

115-135 - திறன் உடையவர்

135-150 - அதிகத் திறன் உடையவர்

150 க்கு மேல் - மேதைகள்

ஒருவரின் IQ அவரது பிறப்பிலேயே நிர்ணயிக்கப்பட்டுவிடும்.

உள எழுச்சி நுண்ணறிவு (Emotional Quotient)

நாம் வாழும் இந்த உலகில் நம் உணர்வுகளை வெளிப் படுத்துவதுடன் பிறர் உணர்வுகளையும் புரிந்துகொண்டு நடக்க வேண்டும். அப்போதுதான், அந்த வாழ்க்கை இனிமையானதாக

இருக்கும். அவ்வாறு ஒருவர் பிறர் உணர்வுகளைப் புரிந்து கொள்ளும் திறன்தான் உள எழுச்சி நுண்ணறிவு ஆகும்.

ஒருவரது அதி புத்திசாலித்தனம் (IQ) அவரது பிறப்பிலேயே நிர்ணயிக்கப்பட்டுவிடும். ஆனால், ஒருவரது மன எழுச்சி நுண்ணறிவு அவரது வாழ்க்கை முறையில்தான் மெருகேற்றப் படுகிறது. உதாரணத்துக்கு, வெள்ளம் வந்தபோது, அந்த அபார்ட்மெண்டின் அதி புத்திசாலிகளெல்லாம் கையைப் பிசைந்து கொண்டு நின்று கொண்டிருந்தார்கள். வாட்ச்மேன் செல்வம் தான், இரவோடு இரவாக வாசலில் பலகைகளை அடுக்கிப் பாலம் போல அமைத்து வெளியே செல்வதற்கு வழி உண்டாக்கிக் கொடுத்தான்.

பிரச்னைகளை எதிர்கொள்வது, சமயோசிதமாக முடிவு எடுப்பது, பிறருடன் நன்கு பழகுவது, குறிப்பாக ஒவ்வொருவருக்கும் தகுந்தாற் போல பழகுவது என எல்லாம் இந்த மன எழுச்சி நுண்ணறிவில் அடங்கும்.

IQ அதிகம் உள்ளவர்களெல்லாம் பொதுவாகக் குறைவானவர் களாக இருப்பதாக ஆராய்ச்சிகள் கூறுகின்றன.

ஆம். அறிவியல் மேதைகளான நியூட்டன், ஐன்ஸ்டீன் போன்றவர் கள் அடிக்கடி எரிச்சலுக்குள்ளாவார்களாம். சிடு சிடுப்புடன் பிறருடன் எளிதில் பழகாமல் தனித்திருப்பார்களாம்.

EQ அதிகம் உள்ளவர்களின் திருமண வாழ்க்கை, வேலை, மன நலம் எல்லாம் நன்றாக இருப்பதாக ஆராய்ச்சிகள் தெரிவிக் கின்றன. ஒருவரின் IQ பிறக்கும்போதே முடிவாகிவிடுகிறது. ஆனால், வாழ்வில், வளைந்து கொடுத்துச் செல்லும்போது இந்த EQ வை நாம் அதிகரித்துக்கொள்ளமுடியும்.

மத நுண்ணறிவு (Religious Quotient)

அடுத்ததாக நாம் பார்க்க இருக்கும் இந்த Q தான் மிக முக்கியமானது என்று தற்போது அறிவியலாளர்கள் கூறுகிறார்கள்.

ஆம். அது RQ ஆகும். அதாவது மத நுண்ணறிவு. ஒருவர் எந்த மதத்தைச் சேர்ந்தவராகவும் இருக்கலாம். அந்த மதம் குறித்த நம்பிக்கை கொண்டவராக இருத்தல்வேண்டும். இந்த நம்பிக்கை தான் வாழ்வில் ஒருவரை ஒருவர் புரிந்துகொள்வதற்கும் மதிப்பதற்கும் தன்னைப் போலப் பிறரை நேசிப்பதற்கும் கற்றுக் கொடுக்கிறது.

'வாடிய பயிரைக் கண்ட போதெல்லாம் வாடினேன்' என்றார் வள்ளலார்.

அவ்வாறு பிறரது உணர்வுகளைத் தான் சுமக்கும் நிலைக்குக் கொண்டு விடும் அற்புத Q இது.

குறிப்பாகச் சொன்னால், IQ+EQ+RQ இவை மூன்றும் தனித்தனியே இருந்தாலும் ஒன்றையொன்று சார்ந்து இயங்கி ஒரு மனிதனை முழுமையாக்குகிறது என்கிறார்கள்.

ஒருவர் நல்ல RQ கொண்டிருப்பது கீழ்கண்ட குணங்களால் அறியலாம்.

அவை:

தன்னைத் தெரிந்திருத்தல்

நெகிழ்தன்மை- சுற்றுச்சூழலுக்குத் தன்னை அட்ஜஸ்ட் செய்து கொள்வது

நோக்கத்தோடு வாழ்தல்

சிறந்த பண்புகள்

தன்னையோ பிறரையோ வார்த்தையாலும்கூட துன்புறுத்தா எண்ணம்

முழுமையான பார்வை

வினயம்-அதாவது எவ்வளவு கற்றிருந்தாலும் கர்வம் இல்லாது இருப்பது. அல்லது எவ்வளவு செல்வம் இருந்தாலும் கர்வம் இல்லாமல் இருப்பது.

ஏன்? எதற்கு? என்ற அடிப்படை கேள்விகளுக்கு விடை தேடுவதில் தீராத தாகம்.

இன்றைய காலகட்டத்தில், இப்படிப் பட்ட குண நலன்களுடன் இருக்கும் ஒருவரைக் கிட்டத்தட்ட ஞானி என்றே சொல்லலாம். இவை எல்லாம் கொடுக்கும் அவரவர் மதத்தில் பற்றுவைத்து வாழப் பழகிக்கொண்டால் எல்லா நாளும் திருநாள் மட்டுமின்றி, பூமிப் பந்தே அமைதிப்பூங்காவாகிவிடுமல்லவா?

இப்போது சொல்லுங்கள், ஆராய்ச்சியாளர்களின் கணிப்பு சரிதானே!

16

மூளையும் யோகாவும்

'உடலுக்கு உடற்பயிற்சி
மனதுக்கு யோகமே முயற்சி'

பல்லாயிரக்கணக்கான ஆண்டுகளுக்கு முன்பே, நம் வேதம் என்ன சொல்லியிருக்கிறது தெரியுமா?

'உன்னை அறிந்து கொள்' என்பதுதான் அது.

கிரீஸ் நாட்டின் டெல்பின் நகரில் அப்பல்லோ எனப்படும் இசை தெய்வத்தின் கோயில் வாயிலில் இந்த வாசகம் செதுக்கிவைக்கப் பட்டுள்ளது.

நம் இந்தியத் தத்துவத்தைப் பொறுத்தமட்டில் 'பிரக்ஞை' அல்லது 'நான்' (consciousness) என்பது மூளைத் தண்டின் மேல் பகுதியில் (ARAS-Ascending Reticular Activated System) உள்ளது.

மனம், புலனுறுப்புகள் மற்றும் அதைச் சேர்ந்த இயக்கங்கள் எல்லாம் உணர்வுச் செயலியில் (limbic system) உள்ளன.

புத்தி, பொட்டு மடலில் (frontal lobe) உள்ளது.

'என்னுடைய' (Mine) எனும் உணர்வு மூளை பொட்டு மடலில் (Temporal lobe) உள்ளது.

இந்த 'நான்' எனும் உணர்வு நான்கு நிலைகளில் வகைப்படுத்தப்படுகிறது. அவை: விழிப்பு நிலை, கனவு நிலை, ஆழ் தூக்க நிலை, துரிய அவஸ்த நிலை.

விழிப்புநிலையில் நான் என்ற உணர்வுடன் எண்ணங்களும் சிந்தனைகளும் இருக்கும். கனவு நிலையிலும் 'நான்' இருக்கும். உதாரணத்துக்கு, ஒருவன் கனவில் திருடனைக் கண்டு பயந்து ஓடுகிறான் என்று வைத்துக்கொள்வோம். பயத்தில் ஐயோ அம்மா... என்று கத்திக்கொண்டே கட்டிலிலிருந்து விழுந்து வைப்பான். எழுந்தவுடன்தான் அது கனவு என்று உணர்வான்.

ஆழ் தூக்க நிலையிலும் 'நான்' இருக்கும். அதனால்தான் தூங்கி எழுந்தவுடன் நன்றாகத் தூங்கினேன் என்று சொல்லுவான்.

துரிய அவஸ்தா நிலையில் 'நான்' இருக்கும். ஆனால் 'என்னுடைய' எனும் உணர்வு இருக்காது. எல்லாவற்றையும் சாட்சியாக உட்கார்ந்து பார்க்கும் உன்னத நிலை அது. ஆத்மனை உணர்ந்து கடைசியில் அதனுடனேயே ஐக்கியமாக்கும் நிலை இது.

●

யோகா என்ற சொல்லுக்கு இணைப்பது என்று பொருள். எதை இணைக்கிறது? மனதையும் உடலையும் இணைக்கிறது. இன்னும் விளக்கமாகச் சொன்னால், ஜீவாத்மாவையும் பரமாத்மாவையும் இணைக்கிறது. யோகாவில் முக்கிய மூன்று கூறுகள் உள்ளன: ஆசனப் பயிற்சி, மூச்சுப் பயிற்சி, தியானப் பயிற்சி.

யோகா உடலில் ஏற்படுத்தும் நன்மைகள்:

உடலை பலகோணங்களில் வளைத்து மேற்கொள்ளும் ஆசனங்கள், மூச்சுப் பயிற்சி ஆகியவற்றை மேற்கொள்ளும்போது,

உடல் உட்கொள்ளும் ஆக்ஸிஜன் அளவைக் குறைக்கிறது

இதய உறுப்புகளை நீடித்த நாட்கள் உழைக்கச் செய்கிறது.

நேர்மறையான எண்ணங்களை மனதில் தோற்றுவிக்கிறது.

மன அழுத்தத்தைக் குறைக்கிறது.

உடல் அடர்த்தியை அதிகரிக்கிறது.

உடல் எடையைக் கட்டுக்குள் வைக்கிறது.

யோகாவும் தியான உணர்வும்:

தியானத்தில் கண்ணை மூடி அமர்கிறோம். அப்போது என்ன நிகழ்கிறது? காலப்போக்கில் சிந்திப்பதை விட அறிந்து கொள்கிறோம். ஆமாம்.

நம் புராதனமான வேதம், உபநிஷத் ஆகியவை இதனை எவ்வாறு விளக்குகின்றன என்று பார்ப்போம்.

'நான்' (consciousness) உணர்வின் அடிப்படை, ப்ரக்ஞை அல்லது சேத்தனா ஆகும்.

உள்ளுணர்வு, சிந்தனை முதலிய ஞானேந்திரியங்கள் மற்றும் கை, கால் என உடலை இயக்கும் உறுப்புகளான கர்மேந்திரியங்கள் - இவைதான் காம, குரோத, லோப, மோக, மத, மாத்ஸர்யம் ஆகியவற்றின் மூலம் சுக, துக்கத்தைக் கொடுப்பன.

இவை எல்லாம் மனதில் அடங்கியுள்ளன.

இந்த மனதுக்கு மேலே புத்தி உள்ளது. இந்த புத்தி கணக்குப் போடும். நல்லது கெட்டதை ஆராயும். முடிவெடுக்கும். இதற்கு மேல் உள்ளது 'நான்' என்பது. இந்த 'நான்' எனும் அகங்காரம் மொத்த உடல் மற்றும் மன இயக்கம் மற்றும் உணர்வுகளைச் சொந்தம் கொண்டாடிக் கொள்ளும். ப்ரக்ஞை அல்லது சேத்தனாவின் இருப்பிடம் மூளைத் தண்டின் மேல் பகுதியாகும். இந்த இடம் நோய்க்குள்ளாகும்போது ஏற்படுவது மூர்ச்சை அல்லது நினைவிழத்தல் (coma) எனப்படும்.

ஜீவாத்மா+சேத்தனா= மனஸ் (Mind)

ஜீவாத்மா+சித்தம்= அகங்காரம் (I)

ஜீவாத்மா+புத்தி= பிரித்தறியும் பண்பு (Intellect)

ஜீவாத்மா+அகங்காரம்= 'நான்'

ஜீவாத்மா+ மனஸ்= சிந்தித்தல், உணர்தல் பண்பு

இந்த 'நான்' எனும் உணர்வு நிலை (consciousness) தன்னைத் தானே தெரிந்து கொள்ளும். இதனை வேறு யாரும் உணர்ந்து கொள்ளவோ தெரிந்து கொள்ளவோ முடியாது.

இந்த இருப்பு நிலையை நம் வேதம் 'சத்' என்கிறது. இந்த நிலையில் விழிப்புணர்வின் பண்பு ஆனந்த நிலை ஆகும். அதுவே

'சத் சித் ஆனந்தம்' எனப்படும். இந்நிலையில் உணருபவர், உணரப்படுபவர்,, உணர்ந்தவர் என எல்லாம் ஒன்றே. ஆம். இந்த நிலையைத்தான் ஆதி சங்கரர் அத்வைதம் என்கிறார்.

'நானே பிரம்மம்' என்கிறது பிரஹதாரண்யக உபநிஷத். பிரம்மம் தான் இருப்பு நிலை அல்லது உணர்வு நிலை.

மிக எளிதாகச் சொல்ல வேண்டுமென்றால், ஒருவர், 'நான், பிரம்மனைத் தெரிந்து கொண்டேன் என்று சொல்கிறார் என்றால், அவர் உண்மையில் தெரிந்து கொள்ளவில்லை என்று அர்த்தம். ஏனெனில், பிரம்மனைத் தெரிந்த நிலையில் 'நான்' இருக்காது. ஆனால், உண்மையில் ஒருவர் பிரம்மனை உணர்ந்தும், 'நான் பிரம்மனைத் தெரிந்துகொண்டுள்ளேன்' என்று நினைக்க வில்லையோ அவர் ஆத்மனை, பிரம்மனை உணர்ந்தவராவார். அவர், 'நான்' எனும் உணர்வை இழந்து எங்கும் வியாபித்திருக்கும் பிரம்மனுடன் ஐக்கியமாகும் உன்னத ஆத்மா ஆவார்.

இதைத்தான்,

'விண்டவர் கண்டிலர் கண்டவர் விண்டிலர்' என்பர்.

'பிரம்மனே உணர்வு நிலை' என்கிறது தைத்ரேய உபநிஷத்.

'பார்த்துக் கொண்டிருப்பவரைப் பார்க்க முடியாது
கேட்டுக் கொண்டிருப்பவரைக் கேட்க முடியாது
சிந்தனை செய்பவரை நீ சிந்திக்க முடியாது
அறிவாற்றலின் இருப்பிடத்தை நீ அறிய முடியாது
இதுதான் எல்லாவற்றினுள்ளும் இருக்கும் ஆத்மா.
இது மட்டுமே நிரந்தரம். மற்றதெல்லாம் அழிவுறும்' என்கிறது பிரஹதாரண்ய உபநிஷத்.

சரி. மற்ற தத்துவ ஞானிகள் என்ன சொல்கிறார்கள்?

கிரேக்க தத்துவ மேதை 'ஹிப்போகிரேட்ஸ்' உடல், மனம், சுற்றுச் சூழல் எல்லாம் ஒன்றுதான் என்கிறார்.

பிரெஞ்சு தத்துவ ஞானி ரெனே தெகார்த்தெ, எண்ணங்களின் மூலமே தன் நிலை உணர்கிறேன் எனும் பொருள்பட I think therefore I am என்கிறார்.

அதனால், மூளையைப் பொறுத்தவரை இரு வேறு அணுகுமுறை உள்ளது. அதாவது, இருமை மற்றும் ஒருமை ஆகும்.

இருமை (Dualism)

மூளையும் மனமும் இரு வேறு கூறுகள். நாம் மூளையை அலசி ஆராய முடியும். ஆனால் மனதைப் படிக்க முடியாது. 'நான்' என்பது மனதின் ஒரு கூறு.

ஒருமை (Monolism)

இதில், மனம் என்பது மூளையின் ஒரு உற்பத்திப் பொருளாகும். இது எப்படி சாத்தியமாகும்? இதனைப் பற்றிய மிகச் சரியான புரிதல் இன்னும் எட்டவில்லை.

●

சரி. அறிவியல், மூளை அமைப்பில் இந்த 'நான்' எனும் விழிப்புணர்வு நிலை எவ்வாறு பிரதிபலிக்கிறது?

மூளையின் வேலை சிந்தித்து அறிவது. அதற்கேற்ப உடலை இயக்குவது. உதாரணம் - வீட்டுக்கு ஒரு விருந்தாளி திடீரென வருகிறார். அவருக்குப் பிடித்த உணவு எது? அதனைத் தயாரிக்க சாமான்கள் இருக்கிறதா? என சிந்தித்து, இல்லாதவற்றை உடனே வாங்கிச் செல்ல ஓடுவோம்.

மனம் என்பது CPU (central processing unit) போலச் செயல்பட்டு, அது உணர்வுகளையும் தகவல்களையும் உள்வாங்கிப் போட்டுக் கொள்ளும்.

மஹாபாரதத்தில், யக்ஷன் தர்மராஜனிடம் கொக்கு வடிவில் வந்து கேள்விகள் கேட்பான். அதில் ஒரு கேள்வி: காற்றைவிட வேகமானது எது? அதற்கு தர்மன் அளித்த சரியான பதில்-மனம்.

அத்தகைய பண்புள்ளது மனம். இது, வேறு ஏதும் செய்யாது. புத்திதான் இது சரி, இது தவறு என்று முடிவெடுக்கும்.

இது எப்படி புத்தியால் முடிகிறது? இது சித்தம் அல்லது 'நான்' எனும் விழிப்புணர்வால் நடைபெறுகிறது.

அறிவாற்றலின் கருப்பொருளே இந்த விழிப்புணர்வுதான்.

மூளையின் 'ஹைப்போ தாலமஸ்' எனும் பகுதியின் நியூகிளியஸி லிருந்து வரும் சமிக்ஞைதான் கடிகாரம்போல செயல்பட்டு, தூக்க-விழிப்பு நிலையைச் சீராக ஏற்படுத்தி 'நான்' எனும் விழிப்புணர்வை நினைவில் வைத்திருக்கும் வேலையைத் திறம்படச் செய்கிறது.

இதற்கு மட்டுமல்ல, இந்த ஹைப்போதாலமஸ் மூளையின் உள்ளே நடக்கும், மன நிலை, உந்துதல், கவனம், படித்தல், நினைவு மற்றும் இயக்கம் ஆகியவற்றுக்கும் மிக முக்கியமான பங்கு வகிக்கிறது. இவ்வாறு தூக்க-விழிப்பு நிலையை இயங்க வைக்கும் தாலமஸ் மூலமாக, மூளையில் காயம் ஏற்படும்போது அசாதாரணத் தன்மை அறியப்படுகிறது.

மூளையில் அடிபடும்போது கோமா நிலைக்குச் செல்ல வாய்ப்புண்டு. ஒருவர், கண்ணை மூடிய நிலையில் சுய நினைவில்லாமல் நாட் கணக்கில் இருந்தால் அது கோமா நிலை எனப்படும். இப்போது, தூக்க- விழிப்பு நிலை அவருக்கு இருக்காது. அது தாலமஸ்ஸில் காயம் ஏற்பட்டதாலும் இருக்கலாம்.

சிலருக்கு மூளைத்தண்டில் காயம் ஏற்படலாம். அப்போது, அவருக்கு தூக்க-விழிப்பு நிலை இருக்கலாம். ஆனால் தன் உணர்வு இருக்காமல் போகலாம். அவர்களுக்கு உடல் இயக்கம் இருக்காது. சிந்தனை, மன உணர்வுகள் ஏதும் இருக்காது. இந்நிலைக்கு 'வெஜிடேட்டிவ்' நிலை என்று பெயர்.

நீண்ட நாட்கள் தியானம் பயிலும் ஒருவர் தியான நிலையில் இருக்கும்போது மூளையில் ஏற்படும் நிகழ்வுகள் பரிசோதனை செய்யப்பட்டன. அவற்றைப் பார்க்கலாம்.

எலெக்ட்ரோ என்ஸெபலோ கிராப் (EEG)

இதன் மூலம் நீண்ட நாட்கள் சீராக யோகா செய்பவர்களின் மூளையைப் பரிசோதித்தார்கள் நரம்பியல் ஆராய்ச்சியாளர்கள். அப்போது, மயக்க நிலையும் தூக்கமும் மூளையில் ஏற்படுத்தும் ஓய்வு நிலையை, யோகா செய்பவர்கள், சாதாரணமாக ஓய்வெடுக்கும் நிலையிலும் பெற்றிருந்தார்கள் என்று அறியப்பட்டது.

அது மட்டுமின்றி, அவர்களது மூளையில் ஆல்பா அலை வரிசை மின் அலைகள் மிக அதிக நேரம் நீடித்திருந்ததாகவும் அறிய வந்தது. பயிற்சி நேரம் அதிகரிக்கும்போது ஆல்பா அலைகளும் அதிகரிப்பது தெரியவந்தது.

இவர்கள் தீவிரமாக தியானம் செய்வதால் தங்கள் உடல் வெப்ப நிலையைத் தங்கள் கட்டுக்குள் வைக்க முடியுமாம்.

ஆழ் தியான நிலையில் ஒரு யோகி இருக்கும்போது அவரது மூளை EEGக்கு உட்படுத்தப்பட்டது. அப்போது, முதலில் அதிக நேரம

ஆல்பா நிலை மின் அலைகள் அறியப்பட்டன. பின் ஆல்பா நிலை குறைய ஆரம்பித்தது. இப்போது தீட்டா நிலை மின் அலைகள் மூளையை ஆக்கிரமிக்க ஆரம்பித்தன. அடுத்து எப்ஸிலான் நிலை மின் அலைகள் ஆக்கிரமித்தன. இவை 0.5hz - 1.5 hz அளவில் இருக்கும். ஆழ் தியான நிலையில் தோன்றும் இந்த எப்ஸிலான் நிலையில், தியானம் செய்பவர் ஆனந்தநிலையில் இருப்பார். மனம் அமைதி, ஆனந்தம் மற்றும் கருணை நிறைந்திருக்கும்.

குறிப்பாக அவரது இருதயம், நுரையீரல், ஜீரண மண்டலம் போன்ற தன்னியக்க நரம்பு மண்டலம் (Autonomic Nervous System) இப்போது அவரது கட்டுப்பாட்டில் இருக்கும்.

உடலை விட்டு வெளிவந்த உணர்வும் இருக்கலாம். கிட்டத்தட்ட கடவுளின் அருகில் சென்ற உணர்வுடன் இருப்பார் அவர். தன் உடலை அவர் உணராதிருக்கலாம்.

அவதூதரான சதாசிவ பிரம்மேந்திரர் அவர்களது கை வெட்டப் பட்டபோது, அறுந்த கை கீழே விழுந்தபோதும் அதனை உணராமல் அவர் நடந்துசென்றதாக வரலாறு கூறுகிறது.

அடுத்ததாகத் தோன்றுவது ஹைப்பர் காமா நிலை. இதன் அலை நீளம் 100hz ஆகும். அதாவது, நீண்ட நாள் தியானம் பயின்றவர்கள் ஆல்பா நிலையிலிருந்து படிப்படியாக எப்ஸிலான் நிலையை அடையாமல், நேரடியாக, ஆல்பா நிலையிலிருந்து எப்ஸிலான் நிலையை அடைய முடியும்.

இந்நிலைக்கு ஹைப்பர் காமா என்று பெயர்.

திபெத்தில் கொட்டும் பனியிலும் மிகக் குறைவான உடை அணிந்து, பெரும்பாலும் தியானத்தில் கழித்து வரும் திபெத்தியத் துறவிகள் கம்பளியைப் போர்த்திக்கொண்டு, தன் உடல் சூட்டினாலேயே அதனை உணரவைப்பார்களாம். இதற்கு டுமோ (Tumo) என்று பெயர்.

இதிலும் அமைதி, ஆனந்தம், கருணை, கடவுளின் அண்மை எனப் பல்வேறு உயர் நிலைகள் உணரப்படும்.

கண், மூக்கு, வாய், மெய், செவி எனும் ஐம்புலன்களால் தூண்டப்பட்டு (subjective) பெறப்பட்டதை அறிவால் ஆராய்ந்து பகுத்தறிந்து உள்வாங்கும் (objective) இடம் புத்தி (intellect) ஆகும். இந்த புத்தியின் இருப்பிடம் மனமாகும்.

ஒருவர் இயல்பாக நடமாட அவர் ஐம்புலன்கள் பெறுவதை புத்தி பகுத்தாராய்ந்து அறியவேண்டும். அப்போதுதான் அவருக்குப் பிரச்னை ஏதும் இல்லை என அறியலாம். உதாரணத்துக்கு, 'கயிறைப் பார்த்து ஒருவர் பாம்புதான் இது' என்று அடித்துக் கூறினால், அவருக்கு ஏதோ பிரச்னை என்று அறியலாம். ஆனால், மனம் ஒருவருக்கு, இயல்பாக இருக்கும்போது இவ்வாறு திரித்துப் பேசமாட்டோம்.

மனிதனை இயக்குவது மனமா, மூளையா என்று கேட்கும் நிலையில், அந்த மனத்தைக் கொடுத்த தாய் முதல் உண்மை. தந்தை முதல் நம்பிக்கை. ஒருவரது வாழ்க்கையின் உன்னத தத்துவம் இதில் அடங்கியுள்ளது.

உண்மையின்றி நம்பிக்கை மட்டும் கொள்ளும்போது, கண்ணிருந்தும் குருடராகிறோம். நம்பிக்கை இருந்து உண்மை இல்லாதபோது செவி இருந்தும் செவிடராகிறோம். ஆம். மேலே பார்த்த ஐம்புலன்களின் தூண்டல், அறி திறன் இது இரண்டுமே உண்மை மற்றும் நம்பிக்கை ஆகும்.

இந்த இரண்டும் இருக்கும் வரை நம் வாழ்வு இனிதாகவே இருக்கும்.

'நான்' எனும் விழிப்பு நிலை தோற்றுவிப்பதே இந்த மனமாகும். இந்த 'நான்' அறிவியலுக்கு அப்பாற்பட்டது.

அதனால், மனமே ஒருவரை இயக்குகிறது. ஒருவர் சாதாரணமாக அன்றைய அலுவல்களைச் செய்து, ஒவ்வொரு நாளையும் கடத்த, அவரது மனம் இன்றியமையாததாகும்.

அனுபவிக்கப் பட்ட விஷயத்தின் அழியாத்தன்மையே நினைவு (Memory) ஆகும். ஐம்புலன்களால் பெறப்பட்டு புத்தியால் அறியப் பட்ட இந்நினைவு சரியாக உள்ளவரை நமக்கு எந்த பாதிப்பும் இல்லை.

நினைவு பாதிக்கப்படும்போதுதான், பல்வேறு மன, உடல் நலக் கோளாறுகள் தோன்றுகின்றன.

எனவே, மனிதனை இயக்கும் மனதை நல்ல முறையில் பேணிக் காப்போம்.

---

www.ingramcontent.com/pod-product-compliance
Lightning Source LLC
LaVergne TN
LVHW041658190726
843493LV00007B/1858